한국인을 위한

베트남어 회화 2

한국인을 위한

베트남어 회화 2

송정남 외

HUiNE

중국
라오스
태국
캄보디아
하장
까오 방
라이 쩌우
라오 까이
뚜옌 꾸앙
박깐
디엔 비엔
옌 바이
타이 응우옌
랑썬
썬라
푸토
1
2
3
박쟝
꾸앙 닝
4
하 떠이 5
하이 퐁
화빙
6
타이 빙
닝빙
남딩
타잉 화
응에 안
1. 빙푹
2 하 노이
3. 박닝
4. 하이 즈엉
5. 흥옌
6. 하남
하띵
꾸앙 빙
꾸앙 찌
트어 티엔-훼
다낭
꾸앙 남
꾸앙 응아이
꼰뚬
빙딩
쟈 라이
푸옌
닥락
카잉 화
닥농
빙 프억
럼동
닝퉌
떠이 닝
빙 즈엉
동 나이
빙퉌
롱안
바 지어-붕 따우
안쟝
동탑
띠엔 쟝
벤째
끼엔 쟝
껀터
빙롱
짜빙
호찌밍
허우 장
쏙짱
박 리에우
까 마우

개정판에 즈음하여

"한국인을 위한 베트남어 회화"가 2005년에 초판이 발행된 이후 지금까지 6판이 발행되었다. 국내에서 베트남어는 다른 여러 특수 언어에 비하여 보다 생소한 언어이다. 이 같은 국내의 실정에도 불구하고 "한국인을 위한 베트남어 회화"가 꾸준한 수요를 유지할 수 있었던 것은 그동안 독자들로부터 많은 관심과 사랑을 받았기 때문이라고 본다.

그동안 장기 활용기간에 드러났던 문제점들과 아쉬움, 그리고 독자들의 유익한 지적들을 받아들여 "한국인을 위한 베트남어 회화"의 개정판을 내게 되었다. 개정판은 다음과 같은 특징을 갖는다.

첫째, 내용을 보다 자연스럽고 상황에 맞게 대폭 수정·보완하였다. 둘째, 지문에 맞는 삽화를 넣어 대화의 생동감을 더했다. 셋째, 문법 해설을 베트남어 원문에 가깝게 보다 구체화하였다. 넷째, 과마다 출제된 문제의 해답을 부록에 넣었다. 다섯째, 베트남어의 어음체계와 문자표, 그리고 음절을 현대 베트남 언어학에 근거하여 간단·명료화함으로써 독자의 이해를 높혔다. 여섯째, 학습자의 청취력을 높이기 위하여 본문을 녹음하였다. 녹음은 지역간 발음의 차이를 고려하여 북남인이 참여했다.

주지하듯이 베트남어는 2014년도 대학입시에서 제2외국어 과목이 되었다. 보도에 의하면

3만 여 명에 가까운 수험생이 베트남어를 선택했다고 한다. 여기에는 "처음 시행된다는 것 때문에 다른 제2외국어에 비하여 더 좋은 등급을 받을 수 있을 것이다."라는 수험생들의 기대감이 크게 작용했다고 본다. 그러나 지금까지 꾸준하게 증가하고 있는 국내의 베트남어 수요를 간과할 수 없을 것이다. 베트남 투자 한국 기업과 베트남 거주 한국인이 각각 5000여 개와 15만 명을 넘는 현실이 이를 입증한다.

"한국인을 위한 베트남어 회화"는 베트남어를 배우려는 국내의 모든 한국인들을 위해 쓰여졌다. 그리고 이 책은 초급부터 고급까지 모두 4권으로 구성되었다.

이 개정판을 냄에 있어서 도움을 주신 분들에게 고마움을 표한다. 호찌밍시 국가대학교 인문사회과학대 응우옌 티황옌(Nguyễn Thị Hoàng Yến) 교수는 내용 보충과 수정에 많은 시간을 내주셨다. 한국외대 베트남어과 김유민 학생은 삽화 제작에 도움을 주었다.

어떻든 이번에 발행되는 개정판이 베트남어를 배우고자하는 국내의 모든 이들에게 크게 도움이 되었으면 한다. 수정·보완되었다고 하지만 완벽할 수는 없다. 따라서 미흡한 부분들은 독자들의 비평과 충고를 받아들여 차후에 또 수정·보완할 예정이다.

2017년 6월

송정남

HỆ THỐNG NGỮ ÂM TIẾNG VIỆT(베트남어 어음체계) BẢNG CHỮ CÁI TIẾNG VIỆT(베트남어 문자표)

순서	소문자-대문자	자명(字名) / 독법(讀法)	음가
1	a - A	a /a	/ a /
2	ă - Ă	á / á	/ ă /
3	â - Â	ớ / ớ	/ ə̆ /
4	b - B	bê / bờ	/ b /
5	c - C	xê / cờ	/ k /
6	d - D	dê / dờ	/ z /
7	đ - Đ	đê / đờ	/ d /
8	e - E	e / e	/ ɛ /
9	ê - Ê	ê / ê	/ e /
10	g -G	rê / gờ	/ γ /
11	h - H	hát / hờ	/ h /
12	i - I	i / i ngắn	/ i /
13	k - K	ca / cờ	/ k /
14	l - L	el-lờ / lờ	/ l /
15	m - M	em-mờ / mờ	/ m /
16	n - N	en-nờ / nờ	/ n /
17	o - O	o / o	/ ɔ /
18	ô - Ô	ô / ô	/ o /
19	ơ - Ơ	ơ / ơ	/ ə /
20	p - P	pê / pờ	/ p /

21	q - Q	qui / quờ	/ k /
22	r - R	e-rờ / rờ	/ ʐ /
23	s - S	ét-xì / sờ	/ ʃ /
24	t - T	tê / tờ	/ t /
25	u - U	u / u	/ u /
26	ư - Ư	ư / ư	/ ɯ /
27	v - V	vê / vờ	/ v /
28	x - X	ích-xì / xờ	/ s /
29	y - Y	i-crếch / i dài	/ i /

Trong tiếng Việt, mỗi chữ cái thường được dùng để ghi một âm, nhưng trong một số trường hợp, hai hoặc ba chữ cái được dùng ghép lại với nhau để ghi một âm, chẳng hạn: 베트남어에서 각각의 글자는 하나의 음을 기록하기 위하여 사용되지만, 특별한 경우 둘 혹은 세 개의 글자는 하나의 음을 기록하기 위하여 아래 표에서처럼 서로 결합하여 사용되기도 한다.

1*	ch - CH	xê-hát / chờ	/ c /
2*	gi - GI	rê-i / dờ	/ z /
3*	kh - KH	ca-hát / khờ	/ χ /
4*	ng (ngh) - NG (NGH)	en-nờ-rê (en-nờ-rê-hát) / ngờ	/ ŋ /
5*	nh - NH	en-nờ-hát / nhờ	/ ɲ /
6*	ph - PH	pê-hát / phờ	/ f /
7*	th - TH	tê-hát / thờ	/ t' /
8*	tr - TR	tê-e-rờ / trờ	/ ʈ /

ÂM TIẾT TIẾNG VIỆT

Âm tiết tiếng Việt thường có cấu tạo gồm 3 phần: thanh điệu, âm đầu và vần. Có những âm tiết không có âm đầu. Đến lượt mình, phần vần có thể có cả 3 thành tố là âm đệm, âm chính và âm cuối.

Tuy nhiên, chỉ có thanh điệu và âm chính là những thành tố nhất thiết phải có trong tất cả các âm tiết tiếng Việt (những thành tố nhất thiết phải có trong cấu tạo âm tiết được in hoa trong sơ đồ dưới đây).

Có thể hình dung cấu tạo âm tiết tiếng Việt qua sơ đồ sau:

베트남어 음절

베트남어 음절은 보통 성조(聲調), 두음(頭音), 운(韻) 등 3가지 구조를 갖는다. 그러나 두음이 없는 음절들도 있다. 운은 간음(間音), 정음(正音), 미음(眉音) 등 3가지 요소를 갖을 수 있다.

그렇지만 베트남어의 모든 음절에서 반드시 있어야 할 요소들 중 성조와 정음만 있는 경우도 있다(음절 구조에서 반드시 있어야 할 요소들은 아래 표에서 대문자로 표기하였음).

베트남어의 음절 구조를 다음과 같은 표로 만들 수 있다:

<table>
<tr><td colspan="4">thanh điệu(성조)</td></tr>
<tr><td rowspan="2">âm đầu(두음)</td><td colspan="3">vần(운)</td></tr>
<tr><td>âm đệm(간음)</td><td>âm chính(정음)</td><td>âm cuối(미음)</td></tr>
</table>

Thanh điệu: Tiếng Việt có 6 thanh điệu: ngang (không dấu, như trong từ *ngang*), huyền (như trong từ *huyền*), ngã (như trong từ *n*gã), hỏi (như trong từ hỏi), sắc (như trong từ sắc), nặng (như trong từ nặng).

Âm đầu: Trong tiếng Việt, tất cả các âm đầu đều là phụ âm. Tiếng Việt có 21 phụ âm đầu, được ghi bằng những con chữ sau: b, c (k, q), ch, d (gi), đ, g (gh), h, kh, l, m, n, ng (ngh), nh, ph, r, s, t, th, tr, v, x. Con chữ đặt trong dấu ngoặc đơn và con chữ nằm ngay trước nó là những hình thức chữ viết khác nhau của cùng một âm.

Âm đệm: Có một âm đệm, được ghi bằng con chữ o hoặc u.

Âm chính: Trong tiếng Việt, tất cả các âm chính đều là nguyên âm. Có 11 nguyên âm đơn, được ghi bằng các con chữ: a, ă, â, e, ê, i, o, ô, ơ, u, ư và 3 nguyên âm đôi, được ghi bằng các con chữ: iê (yê, ia, ya), uô (ua), ươ (ưa).

Âm cuối: Có 8 âm cuối, trong đó có 6 phụ âm, được ghi bằng các con chữ: c (ch), m, n, ng (nh), p, t và 2 bán nguyên âm, được ghi bằng các con chữ: i (y) và o (u).

성조: 베트남어는 6개의 성조를 갖는다.

두음: 베트남어의 모든 첫음은 자음이다. 베트남어는 'b, c (k, q), ch, d (gi), đ, g (gh), h, kh, l, m, n, ng (ngh), nh, ph, r, s, t, th, tr, v, x' 등 21개의 자음이 있다. 괄호안의 자음과 그 앞에 있는 자음은 같은 1개 음의 서로 다른 표기이다.

간음: 간음이 있는 음절의 경우 간음은 오직 1개만 존재하며 'o'자 혹은 'u'자로 표기된다. 간음은 nguyễn, qua, thuật, toán, ngoan, hoài 등의 음절에서 보듯이 두음과 정음 사이에만 위치하면서 묵음(默音)의 형태로 거의 발음이 되지 않는다.

정음: 베트남어에서 모든 정음은 모음이다. 단모음은 'a, ă, â, e, ê, i, o, ô, ơ, u, ư' 등 11개가, 이중모음은 'iê (yê, ia, ya), uô (ua), ươ (ưa)' 등 3개가 있다.

미음: 미음은 8개가 있다. 그 중 'c (ch), m, n, ng (nh), p, t' 등 6개는 자음이고, 'i (y)'와 'o (u)' 등 2개는 모음이다.

Vietnamese Conversation 2

Contents

Bài 01

Anh có thể giúp em việc này được không?

이것 좀 도와줄 수 있어요?

Vietnamese Conversation 2

Hội thoại (회화)

A

Ngọc:	Tuần sau, cưới bạn Nhã đấy. Các cậu đã có giấy mời chưa?
Nga:	Có rồi. Nhưng tiếc quá, có thể mình không đi dự được.
Hương:	Sao thế? Còn Ngọc có đi được không?
Ngọc:	Đi chứ!
Nga:	Tuần sau, mình phải vào Thành phố Hồ Chí Minh làm việc với một bạn hàng. Vé máy bay đã mua, không thể hoãn được.
Hương:	Thế Nhã đã biết chưa?
Nga:	Mình đã bảo với Nhã rồi. Nó có vẻ bực mình lắm…

B

Park: Tôi cần thuê một phòng đơn.

Chủ nhà: Anh thích phòng ở tầng mấy? Tầng 1, tầng 2, hay tầng 3?

Park: Tôi có thể xem phòng bây giờ được không?

Chủ nhà: Tất nhiên, được. Mời anh xem.

(*Chủ nhà dẫn Park đi xem phòng...*)

Park: Tôi nấu ăn trong phòng được không?

Chủ nhà: Được, anh có thể nấu ăn trong phòng.

Park: Tiền thuê mỗi tháng bao nhiêu ạ?

Chủ nhà: 2 triệu, không kể tiền điện, nước, điện thoại. Đề nghị anh trả trước hai tháng.

Park: Tôi đồng ý. Thế khi nào chúng ta có thể làm hợp đồng?

Chủ nhà: Tùy anh, ngay bây giờ cũng được.

Park: Vâng.

Từ ngữ (단어)

cưới	혼인하다	giấy mời	초청장
có thể	…할 수 있다	đi dự	참여하다
được	…할 수 있다	được không?	…할 수 있습니까?
bạn hàng	손님	vé	표
hoãn (緩)	연기하다, 미루다	có vẻ	…처럼 보이다
báo, thông báo (通報)	통보하다	bực mình	화를 잘 내는
nhờ	부탁하다	mời	초청하다
sai	명령하다	bảo (保·寶)	말하다
khuyên (勸)	권하다	yêu cầu (要求)	요구하다
đề nghị (提議)	제의하다	căn hộ	집
giá (價)	가격	vừa phải	적당한
trung tâm (中心)	중심, 센터	ngoại ô	교외

Chú giải ngữ pháp (문법)

A "… **có thể** … **không?**", "… **được** … **không?**" dùng để hỏi về khả năng của người nghe hay người nói xin phép người nghe làm một điều gì đó. Trong khẩu ngữ hàng ngày, người Việt thường nói ngắn gọn hơn: "… **được không?**". Thông thường, khi chủ ngữ là ngôi thứ hai thì loại kết cấu này dùng để hỏi về khả năng của người nghe, còn khi chủ ngữ là ngôi thứ nhất thì loại kết cấu này dùng để xin phép người nghe làm một điều gì đó.:

"… **có thể** … **không?**", "… **được** … **không?**"의 문형은 청자의 가능을 묻기 위하여 혹은 화자가 청자에게 무엇을 요청하기 위하여 쓴다. 구어체에서 화자는 "**… được không**?"의 형태로 짧게 말한다. 통상적으로 주어가 청자일 때는 청자의 가능을 묻는 문형, 주어가 화자일 때는 청자에게 요청하는 문형이 된다.

Ví dụ
- *– **Các em** có thể nói được tiếng Việt không? (hỏi về khả năng)*
- *– **Tôi** có thể vào bây giờ được không? (hỏi để xin phép)*

B Các động từ "**nhờ, sai, bảo, mời, yêu cầu, đề nghị, …**" dùng để "yêu cầu, đề nghị". Đặc trưng của nhóm động từ này là luôn đòi hỏi các bổ ngữ.: "**ai + làm gì?**":

"**nhờ, sai, bảo, mời, yêu cầu, đề nghị, …**"와 같은 동사는 누구에게 부탁, 명령, 초대, 요구, 통보, 제안, 제의 등을 할 경우에 쓴다. 이들 동사의 특징은 늘 "동사 + **ai** + **làm gì?**" 형태의 보어를 요구한다.

Ví dụ
- *– Giáo sư **bảo** sinh viên lên phòng giáo sư lúc 2 giờ chiều.*
- *– Các sinh viên năm thứ tư **mời** sinh viên năm thứ nhất đi xem phim.*
- *– Giám đốc **yêu cầu** nhân viên đi làm việc đúng giờ.*

Ai + **khuyên** (mời, yêu cầu, sai, đề nghị, nhờ, …) + **ai** + **làm gì?**

C "Khác / giống" khác với "khác nhau / giống nhau":

"**Khác / giống**"은 "**khác nhau / giống nhau**"와 다르다.

So sánh			
	– Tôi khác (với) anh ấy	với	*– Tôi và anh ấy khác nhau.*
	– Tôi giống (với) mẹ tôi	với	*– Tôi và mẹ tôi giống nhau.*

Luyện tập (어음 연습)

A Thực hành hội thoại theo mẫu

Mẫu: chị – nói – tiếng Việt

Hỏi: – Chị nói được tiếng Việt không?

– Chị có thể nói được tiếng Việt không?

Trả lời: – Vâng, tôi có thể nói được tiếng Việt.

– Vâng, tôi có thể nói tiếng Việt được.

– Không, tôi không thể nói được tiếng Việt.

– Không, tôi không thể nói tiếng Việt được.

Tiếp tục với: em – lái – ô tô

các chị – ăn – bằng đũa

chị – nấu – món ăn Việt Nam

anh – dịch – bài này

Mẫu: tôi – vào

Hỏi: – Xin lỗi, tôi vào được không?

– Xin lỗi, tôi có thể vào được không?

Trả lời: – Được, chị có thể vào được. / Được, xin mời chị vào.

– Không, chị không thể vào được. / Chưa, chị chưa vào được.

Tiếp tục với: tôi – ngồi – đây

chúng tôi – hút – thuốc lá – ở đây

tôi – gọi – điện thoại – ở đây

chúng tôi – dùng – phòng này

Mẫu: khuyên – nói tiếng Việt

Hỏi: – Thầy giáo khuyên các em làm gì?

Trả lời: – Thầy giáo khuyên chúng em (nên) nói tiếng Việt nhiều.

Tiếp tục với: mời – đi xem phim

yêu cầu – làm bài tập

sai – đi mua bia và nước ngọt

đề nghị – nói to hơn

nhờ – giúp đỡ

B Đọc lại bài hội thoại và trả lời các câu hỏi sau

– Bạn Nhã chuẩn bị làm gì?

– Ngọc, Nga, Hương, Nhã quan hệ với nhau thế nào?

– Tại sao Nga không thể dự đám cưới của Nhã?

– Khi nghe tin Nga không dự đám cưới của mình, Nhã thế nào?

– Park gặp ai? Để làm gì?

– Giá thuê căn hộ bao nhiêu? Điều kiện thế nào?

– Park có đồng ý thuê không?

C Chọn từ ngữ thích hợp để điền vào chỗ trống

– Chắc chắn anh ấy sẽ làm ______ việc này.

① được không ② không thể ③ có thể ④ được

– Chúng tôi ______ trả bằng đô-la Mỹ được không?

① được ② có thể ③ có thể được ④ thể không

– Ông ấy ______ ông ấy sẽ đến muộn 15 phút.

① sai ② nhờ ③ bảo ④ khuyên

– Chị ấy ______ tôi không nên hút thuốc lá.

① khuyên ② sai ③ nhờ ④ nói chuyện

– Bố mẹ tôi ______ tôi đi mua bia.

① nghe ② nói chuyện ③ khuyên ④ sai

– Thư viện ______ mọi người không nói chuyện trong phòng đọc.

① sai ② yêu cầu ③ nhờ ④ mời

– Em gái tôi đã ______ tôi đưa nó lên sân bay.

① đề nghị ② nhờ ③ khuyên ④ sai

– Cô giáo ______ các sinh viên làm bài tập đầy đủ trước khi đến lớp.

① được ② mời ③ yêu cầu ④ sai

D Chọn từ ngữ thích hợp để điền vào chỗ trống trong các đoạn văn sau

Đoạn văn 1. *khác, có thể, phụ nữ, giặt, không thể, được* (một từ có thể dùng nhiều lần)

Mẹ anh Tuấn là một phụ nữ thông minh. Bà ấy ______ nói được 4 ngoại ngữ. Bà ấy ______ nói ______ tiếng Anh, tiếng Pháp, tiếng Đức và tiếng Nga. Mẹ anh Tuấn vẫn còn rất khỏe. Bà ấy ______ làm việc cả ngày mà vẫn không mệt. Nhưng, mẹ anh Tuấn ______ đi xe máy, không thể ______ quần áo. Bà ấy ______ với nhiều người ______ khác.

Đoạn văn 2. *đề nghị, có thể, khuyên, cách, được không, cần, được*

Bạn tôi muốn tìm một chỗ ở. Tôi ______ bạn tôi nên thuê nhà ở gần trường. Hôm qua, chúng tôi đã tìm được một căn phòng ở khá gần, ______ trường khoảng 15 phút đi bộ. Căn phòng này có bếp nên bạn tôi ______ nấu ăn trong phòng. Bạn tôi đã hỏi chủ nhà: "Tôi trả tiền trước một tháng ______?". Chủ nhà trả lời là ______. Bạn tôi ______ chủ nhà mắc điện thoại và internet, vì bạn tôi ______ sử dụng điện thoại và internet hàng ngày.

Bài 02

Vì tắc đường nên em đến lớp muộn

도로가 막혀서 수업에 늦었습니다.

Vietnamese Conversation 2

Hội thoại (회화)

A

Cô giáo: Từ nhà em đến trường bao xa, hở Sin-ni?

Sin-ni: Dạ, khoảng hơn 10 km ạ.

Cô giáo: Hàng ngày em thường đi học bằng phương tiện gì?

Sin-ni: Em thường đi bằng xe buýt ạ.

Cô giáo: Sao em không đi bằng tàu điện ngầm, vừa tiện vừa rẻ …?

Sin-ni: Nhưng nhà em gần bến xe buýt nên cũng rất tiện ạ.

Cô giáo: Có bao giờ em đến lớp muộn không?

Sin-ni: Dạ, thỉnh thoảng ạ, vì giờ cao điểm, ở Seoul rất hay tắc đường …

B

Thầy giáo: Em có hay dậy sớm không, Lee?

Lee: Dạ, em thường xuyên dậy sớm, thầy ạ.

Thầy giáo: Hàng ngày em thường dậy lúc mấy giờ?

Lee: Khoảng 6 giờ 30 ạ.

Thầy giáo: Em thường đi ngủ lúc mấy giờ?

Lee: Dạ, khoảng 11 giờ hoặc 11 giờ rưỡi ạ.

Thầy giáo: Buổi sáng, em có hay tập thể dục không?

Lee: Dạ, thỉnh thoảng ạ.

Thầy giáo: Có bao giờ em đi chơi hay uống rượu đến 1 – 2 giờ sáng không?

Lee: Dạ, không bao giờ ạ.

Từ ngữ (단어)

luôn luôn	늘	thường xuyên (常穿)	일상적으로
thường, hay	보통, 자주	thỉnh thoảng	가끔
đôi khi, đôi lúc	가끔	ít khi	좀처럼
không bao giờ	전혀	tiện, tiện lợi (便利)	편리
tàu điện ngầm	지하철	bến xe	정류장
giờ cao điểm	혼잡한 시간	tắc đường	길이 막히다
dậy	일어나다	đi ngủ	자러가다
tập thể dục (集體育)	운동하다	đi chơi	놀러가다
uống rượu	술을 마시다	hút thuốc lá	담배를 피우다
vì vậy (thế)	그 때문에	thức khuya	깨어있다
vất vả	바쁜	một mình	혼자
xe ôm	사람을 실어나르는 오토바이	chọn	선택하다
hẹn	약속하다		

Chú giải ngữ pháp (문법)

A Cặp từ "**vì** … **nên** …" là cấu trúc biểu thị nguyên nhân – kết quả.:

"**vì … nên …**"는 원인과 결과를 표현하는 문형이다.

Ví dụ
- *– **Vì** tắc đường **nên** sáng nay tôi đến công ty muộn.*
- *– **Vì** chưa hiểu **nên** chúng em hỏi.*

B Các từ "**luôn luôn**", "**thường xuyên**", "**thường**", "**thỉnh thoảng**", "**đôi khi**", "**ít khi**", "**hiếm khi**", "**không bao giờ**" biểu thị tần suất của hành động, trạng thái và luôn đứng trước động từ, tính từ.

"**luôn luôn**", "**thường xuyên**", "**thường**", "**thỉnh thoảng**", "**đôi khi**", "**ít khi**", "**hiếm khi**", "**không bao giờ**" 등은 행동이 "자주 발생하느냐, 가끔 발생하느냐 , 전혀 발생하지 않느냐"를 나타낼 때 쓰는 표현이며, 반드시 동사나 형용사 앞에 온다.

Ví dụ
- *– Chúng em **không bao giờ** hút thuốc lá và uống rượu.*
- *– Em và bạn em **thỉnh thoảng** đi xem phim với nhau.*
- *– Anh ấy **ít khi** (thức) dậy muộn.*

C Cấu trúc "**vừa** … **vừa** …" biểu thị tính đồng thời (xảy ra trong cùng một thời gian) của hai hành động, trạng thái, đặc trưng, tính chất của sự vật, hiện tượng.

"**vừa** ⋯ **vừa** ⋯"는 사물이나 현상의 두 가지 행동, 상태, 특징, 성질에 대한 동시성을 표현한다.

Ví dụ
- *– Họ **vừa** cười **vừa** khóc.*
- *– Chị ấy **vừa** thông minh **vừa** xinh đẹp.*

Luyện tập (어음 연습)

A Luyện tập hội thoại theo mẫu

Mẫu: anh Lee – không đi chơi – bận học

Hỏi: – Vì sao anh Lee không đi chơi?

Trả lời: – Vì bận học nên anh Lee không đi chơi.

Tiếp tục với: chị Kim – không đi thư viện – trời mưa to

anh ấy – mệt – làm việc nhiều

chị ấy – hỏi thầy giáo – chưa hiểu bài học

em ấy – khóc – chia tay với người yêu

anh Park – dậy muộn – đêm qua thức khuya

chị Lee – đến lớp muộn – tắc đường

Mẫu: viết thư cho gia đình – thỉnh thoảng

Hỏi: – Em có hay viết thư cho gia đình không?

Trả lời: – Dạ, thỉnh thoảng ạ.

Tiếp tục với: đi chơi một mình – ít khi

chơi bóng đá – thỉnh thoảng

tập thể dục buổi sáng – thường xuyên

gửi e-mail cho bạn thân – thường

uống rượu – không bao giờ

B Đọc lại bài hội thoại và trả lời các câu hỏi sau

– Nhà Sin-ni cách trường bao nhiêu km?
– Sin-ni thường đến trường bằng phương tiện gì?
– Vì sao Sin-ni không đến trường bằng tàu điện ngầm?
– Sin-ni có hay đến lớp muộn không? Tại sao?
– Em có biết, hàng ngày Lee thường dậy lúc mấy giờ không?
– Lee có hay tập thể dục buổi sáng không?
– Có bao giờ Lee đi chơi và uống rượu về khuya không?

C Chọn và điền các từ thích hợp vào chỗ trống

– Cô ấy không có nhiều tiền ______ cô ấy không thể mua ô tô đẹp.

① để ② vì thế ③ bởi vì ④ có thể

– Anh ấy là một người tốt. Anh ấy ______ giúp đỡ mọi người.

① không bao giờ ② luôn luôn ③ ít khi ④ cho nên

– Seoul có nhiều cảnh đẹp nên cô ấy thường khuyên tôi ______ nên đi chơi.

① không bao giờ ② có thể ③ thỉnh thoảng ④ không thể

– Tôi luôn luôn nghe lời khuyên của bác sĩ, vì thế tôi ______ hút thuốc.

① không bao giờ ② thường ③ thỉnh thoảng ④ luôn luôn

– Tuần sau, anh Park phải nộp báo cáo, ______ anh ấy phải làm việc ở thư viện cả ngày.

① vì ② vì thế ③ đề nghị ④ yêu cầu

– Dạo này, tôi và bạn tôi ______ gặp nhau vì cả hai đều bận học.

① luôn luôn ② thường ③ ít khi ④ nhiều khi

– Anh Dũng đã tốt nghiệp khoa Hàn Quốc học, ______, hè này anh ấy muốn sang Hàn Quốc để thực tập tiếng Hàn.

① bởi vì ② vì thế ③ vì ④ cho

D Dùng các từ *luôn luôn, thường xuyên, hay, thỉnh thoảng, đôi khi, ít khi, không bao giờ* trả lời các câu hỏi sau

– Em đã bao giờ sống một mình chưa?

– Em có hay uống rượu với bạn bè không?

– Em có bao giờ biết mà không nói không?

– Em có bao giờ hẹn bạn mà không đến không?

– Em có hay gọi điện thoại cho bố mẹ không?

– Em có hay khuyên người khác không?

– Em có hay về nhà khuya không?

E Hãy trả lời những câu hỏi sau

– Vì sao bạn chọn học tiếng Việt?

– Bạn có thích đi bằng xe ôm ở Hà Nội không? Vì sao?

– Bạn thích thành phố nào của Việt Nam nhất? Vì sao?

– Bạn có thích mùa hè ở Hà Nội không? Vì sao?

– Bạn có thích đi du lịch nhiều không? Vì sao?

– Bạn có thích xem phim hành động không? Vì sao?

– Bạn có thích bóng đá không? Vì sao?

E Hãy trả lời những câu hỏi sau

– Hàng ngày em thường dậy lúc mấy giờ?

– Buổi tối em thường học bài đến mấy giờ?

– Cuối tuần em có hay đi chơi với bạn bè không?

– Em có bao giờ hút thuốc lá không?

– Em có hay uống rượu không?

– Ở nhà em có hay giúp mẹ em nấu cơm không?

– Em có hay đi ăn ở nhà hàng không?

Bản ghi nhớ

Bài 03

Hôm qua em bị sốt

어제 저는 열이났습니다.

Vietnamese Conversation 2

Hội thoại (회화)

A

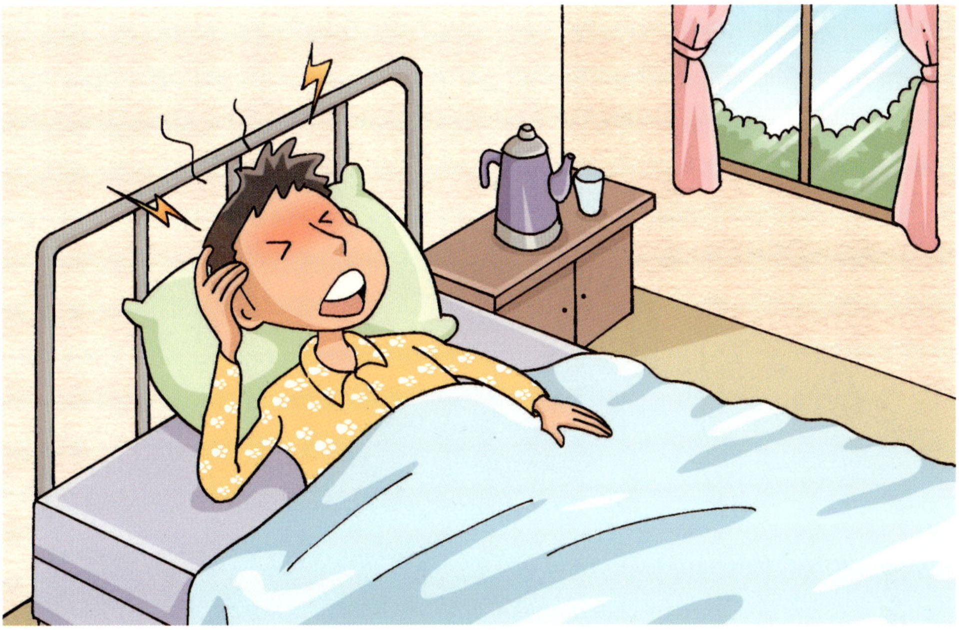

Thầy giáo: Vì sao hôm qua em không đi học, Jung-woo?

Jung-woo: Dạ, thưa thầy, hôm qua em bị sốt nên không thể đến lớp được ạ.

Thầy giáo: Thế, hôm nay em đã khỏe chưa?

Jung-woo: Dạ, sáng nay đỡ rồi, nhưng trong người vẫn còn hơi mệt ạ.

Thầy giáo: Em đã uống những thuốc gì rồi?

Jung-woo: Em đã uống thuốc hạ sốt và một vài loại thuốc cảm. Em định chiều nay đi khám bác sĩ ạ …

B

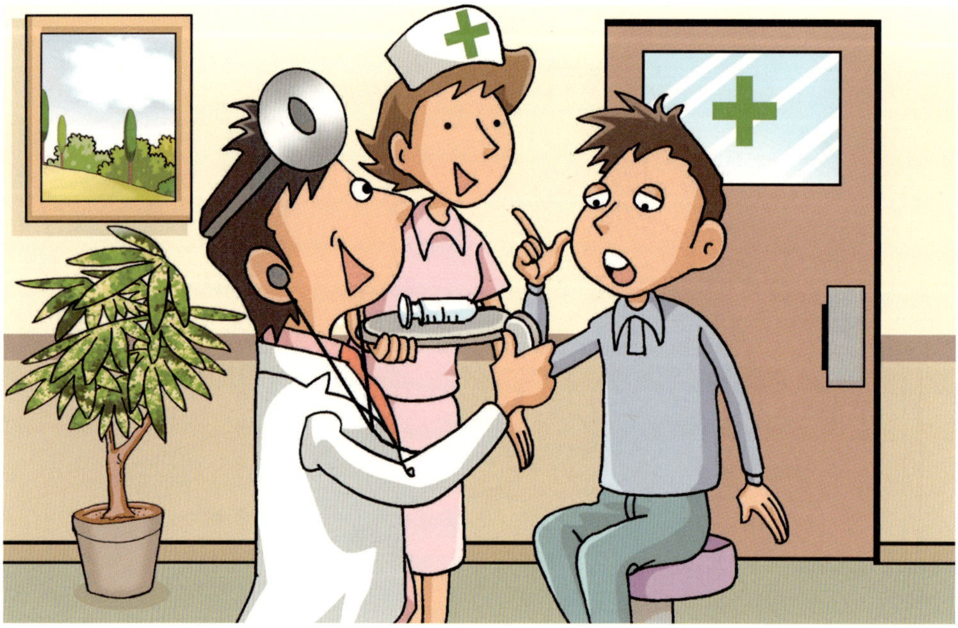

Hai hôm trước, trời mưa to. Park bị ướt.
Sau đó, Park bị ốm. Bạn ấy đi bệnh viện. Bác sĩ khám cho Park.

Bác sĩ: Anh bị ốm thế nào?

Park: Tôi bị ho nhiều. Người nóng.

Bác sĩ: Anh có bị mỏi toàn thân không?

Park: Thưa bác sĩ, người tôi mỏi lắm.

Bác sĩ: Anh có bị nhức đầu không?

Park: Dạ có, nhức lắm, tôi không ngủ được.

Bác sĩ: Để tôi khám cho anh …
(*Bác sĩ xem lưỡi, nghe phổi và đo nhiệt độ cho Park*).

Bác sĩ: Anh bị cảm lạnh rồi. Anh cần uống thuốc và nghỉ ngơi. Đây là đơn thuốc, anh mua thuốc và uống thuốc theo chỉ dẫn trong đơn …. Anh nên ăn cháo, nhiều hoa quả và uống nhiều nước.

Park: Dạ, xin cám ơn bác sĩ.

Từ ngữ (단어)

bị	조동사	được	조동사
(bị) đau	아프다	(bị) ốm	아프다
(bị) mỏi	피곤한	(bị) mệt	피곤한
(bị) sốt	열이 나다	đỡ, bớt	덜하다
trong người	몸 속	uống thuốc	약을 먹다
thuốc hạ sốt	해열제	thuốc cảm	감기약
(đi) khám	진찰하다	(bị) ho	기침하다
toàn thân (全身)	전신	(bị) nhức đầu	머리가 아프다
lưỡi	혀	phổi	폐
đo (cặp) nhiệt độ (熱度)	온도를 재다	(bị) cảm lạnh	감기 걸리다
đơn thuốc	처방전	theo chỉ dẫn	설명에 따르다
(ăn) cháo	죽(을 먹다)	(bị) ướt	젖다
hẹn	약속하다		

Chú giải ngữ pháp (문법)

A "**Được**", "**bị**" có nhiều ý nghĩa và chức năng ngữ pháp khác nhau, tùy thuộc vào ngữ cảnh mà xác định ý nghĩa và chức năng của chúng. Khi được dùng như một động từ tình thái trong kết hợp "**được/bị** + động từ", "**được**" có nghĩa "tích cực, như mong muốn"; "**bị**" có nghĩa "tiêu cực, không như mong muốn". Với ý nghĩa này, "**bị**" thường kết hợp với những sự kiện không may: đau ốm, tai nạn ....:

"**được/bị** + 동사"는 수동형 문장표현으로서 "**được**"은 행운의 경우에, "**bị**"는 불행의 경우에 쓰인다. 따라는 "**bị**"는 아픈, 재난, 불행한 사건들과 결합하여 쓴다.

Ví dụ
- *Tối nay, chúng em **được** đi xem phim.*
- *Hôm qua, anh ấy đã **bị** tai nạn* (bị mệt, bị đói, bị khát, bị ốm, bị bệnh, bị đau)

Khi dùng như động từ bình thường, "**được**", "**bị**" đứng trước danh từ hay ngữ danh từ, có ý nghĩa là "có, gặp":

이를 일반 동사처럼 쓰고자 할 때, "**được**"과 "**bị**"는 명사 앞에 오며 "**có, gặp**"의 의미를 갖는다.

Ví dụ
- *Tôi vừa **được** một học bổng.*
- ***Họ được** một ví tiền ngoài phố.*

"**Được**" có thể đứng sau động từ, biểu thị ý nghĩa "kết quả" cho động từ, ví dụ: tìm được, làm được, gặp được, nghe được .... :

"**Được**"은 동사 뒤에 쓰여 그 동사의 결과를 나타낸다.

Ví dụ
- *– Chị ấy vừa tìm **được** một quyển từ điển quý.*
- *– Một tuần sau, tôi mới gặp **được** ông ấy.*

Ngoài ra, "được" và "bị" còn được dùng để cấu tạo kết cấu bị động.:

이외에도 "**được**"과 "**bị**"는 수동태로 쓰이며, "**được**"은 좋은 일에, "**bị**"는 나쁜 일에 쓰인다.

Ví dụ
- *– Các sinh viên học **được** (thầy giáo) khen.*
- *– Chúng em **bị** (thầy giáo) phê bình.*

B "Đau, ốm, mỏi, mệt, nhức" là những từ biểu hiện tình trạng sức khỏe không tốt của con người, vì vậy chúng thường có "bị" đứng trước.:

"**Đau**, **ốm**, **mỏi**, **mệt**, **nhức**" 등은 사람들의 좋지 않은 건강 상태를 표현할 때 쓴다. 이들 단어 앞에는 "**bị**"가 온다.

Ví dụ
- *– Tuần trước, em phải đi bệnh viện vì **bị** đau răng.*
- *– Vì đi bộ nhiều nên chúng em **bị** mỏi chân.*

Luyện tập (어음 연습)

A Đặt câu theo mẫu

Mẫu: các bạn ấy / nhận học bổng của trường

→ Các bạn ấy được nhận học bổng của trường.

Tiếp tục với: chị Kim – đi Việt Nam

anh Park – đi thăm thành phố

em Mai – về quê cùng bố mẹ

chúng ta – uống bia

chúng tôi – nghỉ học

Mẫu: em – đau bụng

Hỏi: – Em bị sao thế?

Trả lời: – Dạ, em bị đau bụng ạ.

Tiếp tục với: anh Nam – sốt cao

bà ấy – nhức đầu

ông ấy – tai nạn

cô Kim – mệt

anh Park – gãy chân

Mẫu: Mai – đau bụng – ăn nhiều bánh kem

→ Mai bị đau bụng vì ăn nhiều bánh kem.

Tiếp tục với: anh Kim – cảm lạnh – không mặc áo ấm

em Hoàng – gãy tay – ngã

anh Lee – viêm họng – hút thuốc lá

anh ấy – mỏi chân – chạy nhiều

cô ấy – nhức đầu – học nhiều

B Đọc lại bài hội thoại và trả lời các câu hỏi sau

– Vì sao hôm qua Jung-woo không đi học?

– Hôm nay Jung-woo đã khỏi chưa?

– Jung-woo đã uống những loại thuốc nào rồi?

–Anh Park bị thế nào?

– Theo bác sĩ, anh Park bị bệnh gì?

– Bác sĩ đã khuyên anh Park như thế nào?

C Chọn từ ngữ thích hợp để điền vào chỗ trống

Chiều qua, tôi nghe tin bạn tôi _____ ốm.

① được ② bị ③ vì ④ nên

– Vì mệt _____ cô ấy cần nghỉ ngơi.

① nên ② được ③ yêu cầu ④ bị

– Bác sĩ _____ anh ấy nên uống nhiều nước.

① hỏi ②nhờ ③ khuyên ④ sai

– Trời mưa to nên anh Park ______ ướt.

① được ② bị ③ để ④ cho

– Vì bạn tôi bị ______ nên phải đi bác sĩ.

① đi chơi ② đau bụng ③ uống bia ④ hút thuốc

– Cô ấy ______ đi Việt Nam học tiếng Việt 1 năm.

① được ② để ③ vì ④ bị

– Sáng nay, anh ấy bị ______ thế?

① vì ② làm ③ được ④ làm sao

D Chọn từ ngữ thích hợp để điền vào chỗ trống

nha sĩ, bị, thích, khuyên, khám, loại thuốc, đưa, thường xuyên

Em tôi rất ______ ăn kẹo. Vì thế, em ấy đã ______ đau răng. Tôi đưa em tôi đi gặp ______. Ông ấy đã ______ cho em tôi và ______ cho em tôi một số ______ để uống. Ông ấy còn ______ em tôi không nên ăn nhiều kẹo, nhất là vào buổi tối. Ông ấy cũng bảo em tôi nên ______ làm vệ sinh răng, miệng.

Bản ghi nhớ

Bài 04

ÔN TẬP 1

복습 1

Vietnamese Conversation 2

Đọc các hội thoại sau và trả lời câu hỏi

A

Chị Kim: Anh Dũng, buổi sáng người Việt Nam thường ăn gì?

Anh Dũng: Thường là phở, chị ạ

Chị Kim: Phở gà hay phở bò?

Anh Dũng: Cả hai. Một số người thích phở gà, một số người thích phở bò.

Chị Kim: Nghe nói, phở là món ăn ngon và phổ biến ở Việt Nam, phải không anh?

Anh Dũng: Có lẽ vậy. Vì phần lớn người Việt đều thích phở …

– Buổi sáng người Hàn Quốc thường ăn gì?

– Bạn đã bao giờ ăn phở Việt Nam chưa? Bạn thấy phở thế nào?

– Người Hàn Quốc, một ngày ăn mấy bữa? Những bữa nào?

– Những món ăn nào phổ biến nhất ở Hàn Quốc?

B

Sin ni: Anh bị làm sao thế? Trông anh có vẻ mệt?

Jung woo: Không hiểu sao tôi cảm thấy rất khó chịu. Nhức đầu và đau bụng quá !

Sin ni: Bị nhức đầu và đau bụng ... Anh có ăn gì lạ không?

Jung woo: Tôi không nhớ. Nhưng mấy hôm nay, tôi vẫn ăn bình thường …

Sin ni: Mặt anh đỏ lắm, chắc là bị sốt rồi.

Jung woo: Tôi chưa cặp nhiệt độ, nhờ chị lấy cho tôi cái nhiệt kế ở trong tủ …

– Chị Sin ni thấy anh Jung woo thế nào?

– Anh Jung woo cảm thấy trong người thế nào?

– Anh Jung woo bị đau ở đâu?

– Anh Jung woo có bị sốt không?

– Anh ấy đã nhờ chị Sin ni làm gì?

C

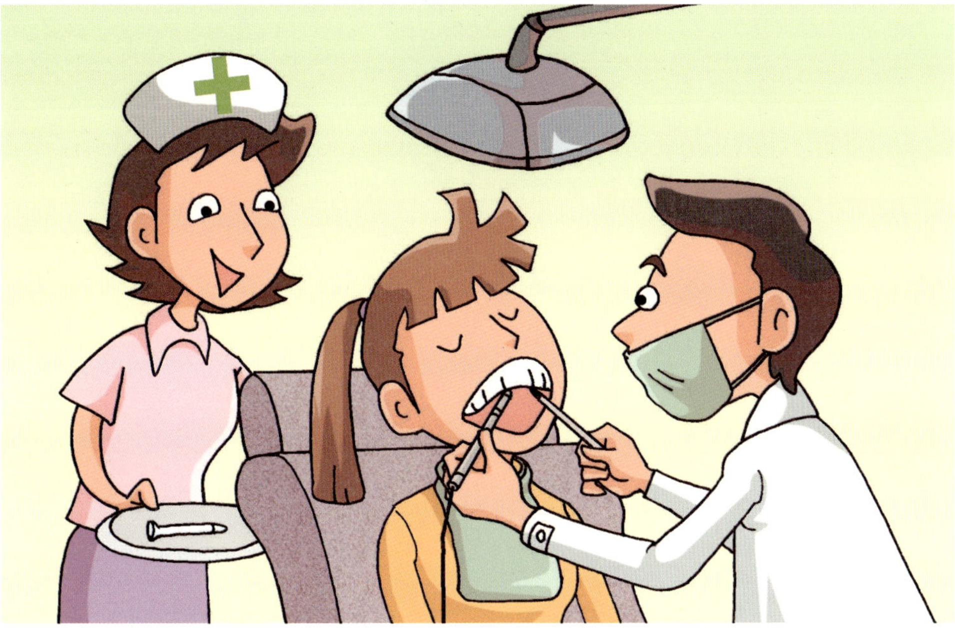

Han: Thưa bác sĩ, tôi bị đau răng quá. Tôi bị đau suốt cả đêm qua.

Nha sĩ: Mời chị ngồi vào ghế và há miệng ra. Chị đau răng nào?

Han: Dạ răng số 7, phía trên, bên phải.

Nha sĩ: Ồ, …. Răng này của chị bị sâu.

Han: Có phải nhổ không, bác sĩ?

Nha sĩ: Không, tôi sẽ hàn cho chị.

Han: Xin cám ơn bác sĩ ….

– Chị Han bị đau gì và bị đau bao lâu rồi?

– Chị ấy đến gặp ai? Để làm gì?

– Nha sĩ đã bảo chị Han làm gì?

– Răng của chị Han bị làm sao? Có phải nhổ không?

– Nha sĩ đã làm gì với răng của chị Han?

Từ ngữ (단어)

món ăn	음식	cả hai	양쪽, 둘다
ngon	맛있는	phổ biến (普遍)	보편
có lẽ	아마도	phần lớn	대부분
(cảm) thấy	느끼다	khó chịu	참기 힘든
lạ	낯선	nhớ	기억하다
mặt	얼굴	đỏ	붉은
(bị) sốt	열이 나다	cặp nhiệt độ	온도를 재다
nhiệt kế (熱計)	온도계	lấy	취하다
thưa (ông)	상대를 부를 때 쓰는 존칭어	đau(răng)	(이가) 아프다
há (miệng)	(입을) 벌리다	răng (bị) sâu	충치
nhổ (răng)	(이를) 빼다	hàn (răng)	(부러진 이를) 때우다

Luyện tập (어음 연습)

A Luyện tập theo các mẫu sau

Mẫu: Trời mưa. Chúng tôi ở nhà.

→ Vì trời mưa nên chúng tôi ở nhà.

→ Chúng tôi ở nhà vì trời mưa.

Tiếp tục với: Tiếng Việt khó. Chúng tôi phải học nhiều.

→

Nhà hàng này rất ngon. Nhiều người đến đây.

→

Tôi bị nhức đầu. Tôi phải đi gặp bác sĩ.

→

Anh ấy mệt. Tối qua, anh ấy đi ngủ sớm.

→

Bạn tôi lái xe quá nhanh. Bạn tôi bị phạt.

→

Hôm qua, tôi thức khuya. Sáng nay, tôi ngủ dậy muộn.

→

Hôm qua, tôi nhận được thư của mẹ tôi. Hôm nay, tôi rất vui.

→

Mẫu: bây giờ – tôi – xem ngôi nhà ấy

→ Bây giờ, tôi có thể xem ngôi nhà ấy không?

→ Bây giờ, tôi xem ngôi nhà ấy được không?

→ Bây giờ, tôi có thể xem ngôi nhà ấy được không?

Tiếp tục với: chiều nay – tôi – gặp em 15 phút.

→

anh – giúp tôi việc này.

→

tôi – ngồi ở đây một chút.

→

chị – đợi tôi 5 phút.

→

chúng ta – gặp nhau ở đây lúc 5 giờ.

→

em – dịch bài này ra tiếng Việt.

→

chúng ta – nói tiếng Việt với nhau.

→

anh – dạy tiếng Hàn cho tôi.

→

B Điền từ ngữ thích hợp vào chỗ trống trong đoạn văn sau

Christopher là người Pháp. Còn Dũng là người Việt Nam. Cả ______ đều vừa mới đến Hàn Quốc để ______ tiếng Hàn. Họ đều thuê ______ và sống ở Seoul. Christopher không biết tiếng Việt. Dũng ______ không biết tiếng Pháp. Khi gặp nhau, họ thường ______ tiếng Hàn để ______ chuyện với nhau.

Cách đây 2 năm, Christopher đã có ______ đến Việt Nam khoảng 3 tháng. Lúc đó, anh ấy làm tư vấn cho một ______ luật của Pháp ở Hà Nội. Hàng ngày, Christopher ______ dậy sớm. Anh ấy ______ tập thể dục buổi sáng. Sau đó, anh ấy đến cơ quan làm việc. Còn buổi tối, anh ấy ______ đi nghe nhạc, đi xem phim ______ đi dạo. Christopher rất thích cuộc sống và ______ ở Hà Nội.

Christopher cũng đã học tiếng Việt. Anh ấy biết nói một số từ, câu đơn giản, ví dụ như: "xin chào", "xin lỗi", "cám ơn", v.v. Nhưng, sau đó Christopher thấy tiếng Việt ______ quá, nhất là phát âm, ______ anh ấy không tiếp tục học tiếng Việt ______.

C Đọc bài đọc sau (dùng từ điển để biết nghĩa và cách dùng những từ ngữ mới)

Lời khuyên của bác sĩ

Bác sĩ thường khuyên chúng ta những điều gì? Bạn đã biết những lời khuyên đó chưa? Sau đây, xin giới thiệu với bạn một số lời khuyên của bác sĩ.

Về ăn uống: Các bạn nên ăn nhiều loại thức ăn khác nhau. Không nên ăn những thức ăn có nhiều mỡ và đường. Nên ăn nhiều rau, cá và thịt gà, đừng uống nhiều bia, rượu.

Về tập luyện: Các bạn nên đi bộ nhiều. Đi bộ rất tốt cho sức khỏe. Đi xe đạp, chạy nhảy, bơi lội … là những môn thể thao để rèn luyện sức khỏe. Đi bộ lên cầu thang tốt hơn dùng thang máy. Và cố gắng tập thể dục buổi sáng, ít nhất là một tuần 2 – 3 lần, mỗi lần từ 30 – 40 phút.

Các bạn nên bỏ thuốc. Hút thuốc lá rất có hại cho sức khỏe. Bỏ thuốc lá rất khó. Theo một số người có kinh nghiệm, nên bỏ thuốc cùng với bạn thân của mình vì cả hai sẽ giúp nhau …

(Báo "*Sức khỏe và đời sống*")

D Đặt câu với các nhóm từ sau "tốt hơn là", "tốt nhất là", "rất tốt cho", "có hại cho", "ít nhất là", "nhiều nhất là"

E Trả lời các câu hỏi sau

– Về ăn uống, bác sĩ khuyên bạn nên và không nên ăn gì?

– Về luyện tập, bác sĩ khuyên bạn điều gì?

– Bác sĩ có khuyên bạn nên hút thuốc lá không? Vì sao bác sĩ khuyên như vậy?

– Bạn có hút thuốc lá không? Nếu có, vì sao bạn chưa bỏ thuốc lá?

– Bạn có thường xuyên tập thể dục buổi sáng không? Nếu không, vì sao không?

– Bạn có hay chơi thể thao không? Bạn thích chơi những môn thể thao nào?

Bài 05

Nếu có tiền thì chúng em sẽ đi du lịch

돈이 있다면 저희는 여행을 갈 것입니다.

Vietnamese Conversation 2

Hội thoại (회화)

A

Thầy giáo: Sau khi tốt nghiệp, em sẽ làm gì?

Ji -hoon: Em muốn trở thành nhân viên công ty thương mại.

Thầy giáo: Ở Hàn Quốc, sinh viên ra trường, xin việc có khó không?

Ji -hoon : Nói chung là khó, thầy ạ! Nhất là, xin việc làm ở Seoul.

Thầy giáo: Vậy, nếu không xin được việc làm thì sao?

Ji -hoon: Nếu không xin được thì em sẽ trở thành người thất nghiệp …

B

Cô giáo: Không hiểu sao, mấy hôm nay tôi khó ngủ quá!

Jae-hyun: Có lẽ do thời tiết đấy, cô ạ.

Cô giáo: Do thời tiết là thế nào?

Jae-hyun: Bây giờ ở Seoul, thời tiết đang chuyển mùa, từ mùa hè sang mùa thu. Vì thế, nó làm cho nhiều người cảm thấy mệt mỏi và hay bị nhức đầu.

Cô giáo: Tình hình như thế này sẽ kéo dài bao lâu, em?

Jae-hyun: Dạ, khoảng từ 2 đến 3 tuần ạ!

Cô giáo: Có nghĩa là, sau đó thì thời tiết sẽ dễ chịu hơn?

Jae-hyun: Dạ, vâng ạ!

Từ ngữ (단어)

tốt nghiệp (卒業)	졸업하다	trở thành	…가 되다
trở nên	…가 되다	thương mại (商賣)	상매, 무역
xin việc	일자리를 찾다	nói chung	일반적으로
nhất là	특별히	thất nghiệp (失業)	실업
chuyển mùa	계절이 바뀌다	làm (cho)	…가 되게하다
khiến (cho)	…가 되게하다	tình hình (情形)	상황
kéo dài	계속되다	dễ chịu	참기 쉬운
khó chịu	참기 힘든	nghĩa là, có nghĩa là	…와 같은 의미가 있다

Chú giải ngữ pháp (문법)

A "**Làm (cho), khiến (cho)**" là những động từ chỉ sự tác động của một sự vật, hiện tượng lên một sự vật, hiện tượng khác, làm cho nó thay đổi về đặc điểm, tính chất, trạng thái. Thông thường, "**khiến (cho)**" chỉ sự thay đổi tiêu cực, còn "**làm (cho)**" chỉ cả sự thay đổi tích cực lẫn tiêu cực.:

"**Làm (cho), khiến (cho)**"는 사물과 현상이 다른 사물과 현상으로 전위하여 다른 특징, 성질, 상태로 바뀌게 하는 동사이다. 통상적으로 "**khiến (cho)**" 뒤에는 결과가 좋지 않게, "**làm (cho)**" 뒤에는 결과가 좋지 않게 혹은 좋게 바뀐다.

Ví dụ
– *Thời tiết lạnh kéo dài **làm (cho)** cây cối bị chết.*
– *Việc làm đó của anh ấy **khiến (cho)** chị ấy buồn.*

B "**Trở nên, trở thành**" là những động từ biểu thị sự thay đổi của sự vật, hiện tượng từ đặc điểm, tính chất, trạng thái này sang đặc điểm, tính chất, trạng thái khác. Sau "**trở thành**" là danh từ, ngữ danh từ, sau "**trở nên**" là tính từ, ngữ tính từ.:

"**Trở nên, trở thành**"은 사물, 현상, 성질이 다른 상태로 바뀔 때 쓰는 동사들이다. 이 중 "**trở thành**" 뒤에는 명사가, "**trở nên**" 뒤에는 형용사가 온다.

Ví dụ
– *Bảy năm nữa, chị ấy sẽ **trở thành** bác sĩ.*
– *Tình hình thế giới **trở nên** phức tạp hơn.*

C "**Nếu … thì …**" là cặp từ biểu thị ý nghĩa "điều kiện – kết quả": "**nếu** + điều kiện + **thì** + kết quả". Trong một số trường hợp, tiểu cú có ý nghĩa "kết quả" có thể ở vị trí đầu câu. Khi đó, câu chỉ dùng "**nếu**", không dùng từ "**thì**":

"**Nếu** + 조건 + **thì** + 결과" 형태의 문형으로, 결과가 문두에 올 경우에는 "**nếu**"만 쓴다.

Ví dụ
- *– **Nếu** thời tiết lạnh quá **thì** học sinh được nghỉ học.*
- *– Chúng tôi sẽ tham gia hội thảo **nếu** có giấy mời.*

Luyện tập (어음 연습)

A Đặt câu theo mẫu

Mẫu: anh ấy – làm (cho) / khiến (cho) – chị ấy buồn

Hỏi: – Anh ấy đã làm (cho) ai buồn?

Trả lời: – Anh ấy đã làm (cho) chị ấy buồn.

Hỏi: – Ai đã khiến (cho) chị ấy buồn?

Trả lời: – Anh ấy đã khiến cho chị ấy buồn.

Tiếp tục với: đi du lịch – các sinh viên vui vẻ
nói chuyện – họ hiểu nhau
trời mưa – chúng tôi bị ướt
anh ấy không đồng ý – cô ấy giận
cô ấy kể một câu chuyện vui – mọi người cười
bài hát – chúng tôi cảm thấy vui vẻ

Mẫu: bảy năm nữa – bác sĩ – chị ấy
→ Bảy năm nữa, chị ấy sẽ trở thành bác sĩ.

Tiếp tục với: trong tương lai – nhà khoa học – anh ấy
3 tháng nữa – kỹ sư – chúng tôi
sau này – bà mẹ tốt – chị ấy
2 tuần nữa – vợ chồng – họ
hai năm sau – hướng dẫn viên du lịch – em tôi

Mẫu: thời tiết – lạnh hơn – chiều nay
→ Chiều nay, thời tiết trở nên lạnh hơn.

Tiếp tục với: thanh niên Hàn Quốc – khỏe hơn – hiện nay
thế hệ trẻ – năng động hơn – ngày nay
vấn đề đó – phức tạp hơn – bây giờ
cuộc sống ở đây – vui hơn – dạo này

Mẫu: có thời gian rỗi – đi du lịch – chị
Hỏi: – Nếu có thời gian rỗi thì chị sẽ làm gì?
Trả lời: – Nếu có thời gian rỗi thì tôi sẽ đi du lịch.

Tiếp tục với: có tiền – mua ô tô – anh ấy

được nghỉ hè – đi du lịch Việt Nam – cô ấy

đến thư viện – gặp cô ấy – anh

được người khác giúp đỡ – cám ơn họ – tôi

có thời gian – về quê thăm ông bà – tôi

B Đọc lại bài hội thoại và trả lời các câu hỏi sau

– Sau khi ra trường, Ji-hoon muốn làm nghề gì?

– Xin việc ở Seoul có khó không?

– Nếu Ji-hoon chưa xin được việc làm thì sao?

– Cô giáo cảm thấy trong người thế nào?

– Jae-hyun đã giải thích cho cô giáo thế nào?

– Khi thời tiết chuyển mùa, người ta thường thấy thế nào?

– Em thích thời tiết nóng hay lạnh? Vì sao?

C Chọn và điền các từ thích hợp vào chỗ trống

– Học nhiều ______ anh Park bị nhức đầu.

① muốn ② đề nghị ③ làm cho ④ trở nên

– Hiện nay, ông ấy đã ______ bạn thân của tôi.

① trở thành ② vì thế ③ có thể ④ trở nên

– Mấy hôm nay, thời tiết ______ khó chịu quá.

① trở nên ② nếu ③ thì ④ trở thành

– ______ được đi Việt Nam thì chị ấy sẽ rất vui.

① vì ② nếu ③ để ④ cho

– Trời mưa to ______ các bạn tôi không thể đi xem phim được.

① đề nghị ② muốn ③ khiến cho ④ trở nên

– Nếu ông giám đốc yêu cầu ______ tôi sẽ làm việc đó.

① do ② vì ③ nên ④ thì

D Sắp xếp các từ ngữ sau thành câu

– trở thành / ca sĩ nổi tiếng / anh ấy / sẽ / của Hàn Quốc

– sẽ / chị Han-na / người phiên dịch / tiếng Việt / trở thành / trong tương lai / giỏi

– anh ấy đến / tôi sẽ đợi / thì / nếu

– anh ấy buồn / cô ấy / về quê / khiến cho

– ông ấy / bà ấy vui / làm cho / hát

E Chọn và ghép ngữ đoạn ở (A) và (B) để tạo thành câu

(A)	(B)
a. tôi có tiền	a. đi du học ở Mỹ
b. em chăm chỉ học	b. chắc chắn sẽ bị muộn
c. anh ấy được học bổng	c. sẽ mua một ô tô mới
d. chị ấy được thầy giáo khen	d. nói tiếng Việt giỏi
e. em không đi nhanh	e. sẽ không trả lời
f. họ không hỏi	f. chị ấy sẽ rất vui

F Trả lời các câu hỏi sau

– Nếu có thời gian rỗi thì em sẽ làm gì?

– Nếu được đi học ở Việt Nam thì em sẽ đi học ở đâu?

– Nếu được học bổng thì em sẽ đi học ở đâu?

– Nếu được chọn nghề nghiệp thì em sẽ chọn nghề gì?

– Nếu là giáo sư thì em sẽ khuyên các bạn như thế nào?

– Nếu là giám đốc công ty thì em sẽ tuyển những nhân viên như thế nào?

Bài 06

Tuy bận nhưng chị ấy vẫn đến thăm tôi

바빴음에도 불구하고 그녀는 나를 방문했다.

Vietnamese Conversation 2

Hội thoại (회화)

A

Anh Choi: Lúc nãy, ngoài sân vận động có gì mà ồn ào thế?

Anh An: À, vừa có trận bóng đá.

Anh Choi: Đội nào đá với đội nào?

Anh An: Đội bóng sinh viên Khoa Tiếng Việt đá với đội bóng Khoa Tiếng Nhật.

Anh Choi: Thế, kết quả thế nào?

Anh An: Khoa Tiếng Việt hiệp một thua 0 – 1, nhưng hiệp hai thắng 2 quả. Kết quả cuối cùng là 2 – 1.

Anh Choi: Nếu thắng đội Khoa Tiếng Nhật thì đội của khoa ta mạnh quá!

Anh An: Tôi nghĩ vậy. Tuy nhiên, hôm nay đội Khoa Tiếng Việt cũng gặp may.

B

Khoa Tiếng Việt, Trường Đại học Ngoại ngữ Hàn Quốc có một đội bóng rất mạnh. Đó là đội bóng ném. Đội bóng ném của khoa gồm có 8 thành viên.

Hàng năm, Trường Đại học Ngoại ngữ Hàn Quốc thường tổ chức các giải vô địch về bóng đá, bóng chuyền, bóng rổ, bóng chày, bóng ném, … cho sinh viên của trường. Đội bóng ném của Khoa Tiếng Việt thường vô địch. Họ chơi bóng rất hay và rất đoàn kết.

Phần lớn các cầu thủ bóng ném của Khoa Tiếng Việt đồng thời cũng là thành viên đội tuyển bóng ném của trường. Vì thế, họ phải luyện tập hàng ngày.

Sinh viên Khoa Tiếng Việt rất tự hào về đội bóng ném của mình.

Từ ngữ (단어)

lúc nãy	방금	sân vận động (運動)	운동장
trên	위에	dưới	아래
trong	안에	ngoài	밖에
trận (陣)	경기	bóng đá	축구
đội (隊)	팀	đá	1.차다 2.얼음
kết quả (結果)	결과	hiệp (協·合)	운동경기의 전후반 단위
thua	패하다	thắng (勝)	승리하다
quả (果)	1.과일 2.공	mạnh	강한
tuy nhiên (雖然)	물론	may (mắn)	행운
bóng ném	핸드볼	bóng chuyền	배구
bóng chày	야구	tự hào (自豪)	자부하다
bóng rổ	농구	thành viên (成員)	구성원
tổ chức (組織)	조직	giải vô địch (解無敵)	챔피언
đoàn kết (團結)	단결	phần lớn	대부분
cầu thủ	선수	đồng thời (同時)	동시에
đội tuyển (隊選)	선발팀		

Chú giải ngữ pháp (문법)

A "**E, ngại, lo, sợ (là, rằng)** ..." là những động từ thể hiện trạng thái tâm lí "*lo lắng, e sợ*" một điều gì đó tiêu cực, không tốt sẽ xảy ra. Mức độ "*lo lắng, e sợ*" tăng dần từ "**e → ngại → lo → sợ** ...":

"**E, ngại, lo, sợ (là, rằng)** ..." 등은 어떤 일이 잘못되지 않을까하는 근심과 걱정하는 마음을 나태낼 때 쓰는 단어이다. 이들 의미의 강약은 "**e → ngại → lo** (lắng) → **sợ** (hãi) **...**" 순이다.

Ví dụ
- *Anh nói như vậy, em* ***e (là)*** *chưa đúng lắm.*
- *Anh ấy* ***ngại (là)*** *nói như vậy khiến chị ấy không vui.*
- *Tôi* ***sợ (là)*** *anh ấy không đồng ý.*

Chúng tôi sợ (lo, e, ngại ...) là, (rằng) ...

B "**Tuy (mặc dù) + A + nhưng + B**" là cấu trúc biểu thị ý nghĩa: trong điều kiện trái với bình thường (A), nhưng sự việc vẫn diễn ra bình thường (B). Sau "**nhưng**" thường có từ "**vẫn**":

"**Tuy ... nhưng ... vẫn ...**": "**Tuy (mặc dù) + A + nhưng + B**"은 "비록 A이지만 B하다"는 의미를 나타낼 때 쓰는 표현이다. "**nhưng**" 다음에는 보통 "**vẫn**"을 쓴다.

Ví dụ
- ***Tuy*** *bị tắc đường,* ***nhưng*** *chúng em* ***vẫn*** *đến lớp đúng giờ.*
- ***Mặc dù*** *gia đình rất nghèo,* ***nhưng*** *các sinh viên ấy* ***vẫn*** *học giỏi.*

C "**Trên (dưới, trong, ngoài …) + có + danh từ/danh ngữ**" (giới từ + có + danh từ/danh ngữ) biểu thị ý nghĩa tồn tại của sự vật, hiện tượng. Đây là loại câu tồn tại (existential sentence) trong tiếng Việt.:

"**전치사 + có + 명사**"의 형태로 사물과 현상의 존재를 나타낸다. "어디에 … 가 있다"의 의미로 쓴다.

Ví dụ
- *__Trên__ trời __có__ nhiều chim.*
- *__Dưới__ sông __có__ tàu, thuyền.*
- *__Trong__ nhà đang __có__ khách.*

Luyện tập (어음 연습)

A Đặt câu và hỏi đáp theo mẫu

Mẫu: họ – các anh không đến

Hỏi: – Họ lo điều gì?

Trả lời: – Họ lo (là) các anh không đến.

Tiếp tục với: mẹ bạn ấy – bạn ấy sẽ nằm viện lâu
chúng tôi – cô ấy không vui
nó – ngày mai mưa to
họ – anh ấy giận
tôi – hôm nay cô ấy sẽ không đến
nó – bị điểm C

Mẫu: nghèo – vui

→ Tuy (họ) nghèo nhưng họ vẫn vui.

→ Mặc dù (họ) nghèo nhưng họ vẫn vui.

Tiếp tục với: trời mưa to – chúng tôi vẫn đi học

ăn nhiều – nó vẫn gầy

làm việc nhiều – anh ấy vẫn không mệt

không khỏe lắm – nó vẫn đi chơi

cô ấy đến muộn – anh ấy vẫn đợi

Tự đặt câu với "tuy … nhưng …"

Mẫu: lớp học này – bàn, ghế, máy điều hòa …

Hỏi: – Trong lớp học này có những gì?

Trả lời: – Trong lớp học này có bàn, ghế, máy điều hòa …

Tiếp tục với: bàn – từ điển

nhà – công viên

đường – nhiều xe ô tô

sông – nhiều cá

phòng – nhiều đồ đạc

trường – nhiều cây xanh

B Đọc lại bài hội thoại, trả lời các câu hỏi sau

– Ngoài sân vận động đang có sự kiện gì?

– Đội nào đang đá (thi đấu) với đội nào?

– Kết quả hiệp 1 thế nào? Hiệp 2 thế nào? Kết quả toàn trận đấu thế nào?

– Theo anh An, đội bóng Khoa Tiếng Việt có mạnh không?

– Đội bóng ném Khoa Tiếng Việt gồm mấy thành viên?

– Hàng năm, Trường Đại học Ngoại ngữ Hàn Quốc thường tổ chức gì? Đội nào thường vô địch về bóng ném?

– Em có thích đội bóng ném của Khoa không? Vì sao?

– Em thích những môn thể thao nào? Vì sao?

C Sắp xếp các từ ngữ cho dưới đây thành câu

– có / trong vườn / một cây cam

– tuy / trời lạnh / anh ấy vẫn không mặc áo ấm / nhưng

– rằng / tôi / e / cô ấy bị ốm

– thì / nếu / tôi gặp chị / tôi sẽ chào chị

– ngoài sân / nhiều sinh viên / có

– nhiều du khách / hàng ngày / trên sông Hàn / có / tham quan

– nếu / tôi e rằng / sẽ muộn / không nhanh / chúng ta

D Tìm câu hỏi cho phần gạch chân trong những câu sau đây

– Trong nhà có nhiều bàn, ghế.

– Cô ấy lo rằng anh ấy không đến.

– Anh ấy sợ rằng ngày mai trời sẽ mưa.

– Các bạn tôi đang còn học tiếng Việt trong thư viện.

– Trong lớp này có tất cả 42 sinh viên.

– Trên tường có nhiều bức tranh đẹp.

E Chọn và ghép nhóm từ ở (A) và (B) sao cho hợp nghĩa

(A)	(B)
a. Ông ấy giàu	a. ít khi về thăm
b. Cái ô tô này cũ	b. thời tiết vẫn nóng
c. Quê anh ấy không xa	c. họ vẫn còn khỏe mạnh
d. Sắp hết mùa Thu	d. rất tiết kiệm
e. Bố mẹ tôi đã già	e. rất tốt
f. Chị ấy đã giải thích nhiều lần rồi	f. anh ấy vẫn chưa hiểu

F Tìm và điền các từ thích hợp vào đoạn văn sau

Phòng làm việc ______ giáo sư Kim không rộng lắm, ______ gọn gàng và ngăn nắp. ______ phòng có một ______ bàn to để làm việc, một ______ sa lông ______ tiếp khách và uống nước. ______ tường có nhiều ______ phong cảnh Việt Nam ______ Hàn Quốc. Phòng của giáo sư Kim ______ rất nhiều sách, nhiều nhất là sách ______ tiếng Việt và tiếng Anh. Sách ______ sắp xếp gọn gàng ______ các giá sách. Giáo sư nói ______, nếu không có sách ______ không thể nghiên cứu tốt được.

Bài 07

Chị ấy không những đẹp mà còn thông minh

그녀는 예쁘면서 영리하기도하다.

Vietnamese Conversation 2

Hội thoại (회화)

A

Nam-soon: Một tháng ở Seoul, em đã đi chơi những đâu, Vân Trang?

Vân Trang: Em mới đi Gyeongbokgung và một vài nơi thôi.

Nam-soon: Em đã đi du thuyền trên sông Hàn chưa?

Vân Trang: Chưa có dịp chị ạ. Nhưng em nghe nói đi du thuyền trên sông Hàn không những thú vị mà còn đẹp nữa, phải không ạ?

Nam-soon: Đúng như thế! Chỉ có một điều lưu ý thôi.

Vân Trang: Điều gì thế ạ?

Nam-soon: Nếu em đi thì hãy đi vào buổi chiều, ban ngày, vì buổi tối, mùa này rất dễ bị cảm lạnh.

Vân Trang: À thế ạ. Em xin cám ơn chị nhiều.

B

Chào hỏi và bắt tay

Bắt tay là một cử chỉ chào hỏi quen thuộc của nhiều dân tộc trên thế giới. Tuy nhiên, mỗi dân tộc đều có một kiểu bắt tay khác nhau. Bạn có biết nguồn gốc của cái bắt tay và chắp tay khi chào hỏi không?

Cha tôi thường bảo tôi, nếu bắt tay ai thì con hãy bắt tay chặt và hãy nhìn thẳng vào mắt người đối diện. Điều này sẽ làm cho người đang bắt tay mình yên tâm và tin tưởng hơn. Lúc đó, tôi không biết rằng, trên thế giới, những người cha khác lại đang dạy cho con cái họ những điều hoàn toàn khác. Ví dụ, những người cha ở Ấn Độ và Thái Lan đã dạy cho con mình chắp tay khi chào hỏi. Hai tay chắp vào nhau như khi cầu nguyện, để cao tầm ngực và hơi cúi đầu. Cử chỉ này cũng có nghĩa là "cám ơn" và "xin lỗi".

Trong khi cha tôi dạy tôi: "bắt tay cho chặt và nhìn thẳng vào mắt" thì ở Trung Đông người ta lại dạy con cái họ: "khi bắt tay nên nhẹ nhàng, đừng chặt quá". Vì "bắt tay chặt" thể hiện tính hiếu thắng, hung hăng … (còn tiếp)

(Theo "*Ngôn ngữ và cử chỉ*")

Từ ngữ (단어)

một vài	몇몇의	du thuyền (遊船)	선박여행
sông	강	dịp	기회
hung hăng	사나운, 흉폭한	không những … mà còn …	…뿐만 아니라 …도
điều (條)	1. 문제 2. 조항 3. 일	lưu ý (有意)	유의하다
ban ngày	주간	cảm lạnh	한기를 느끼다, 감기에 걸리다
rất dễ bị cảm lạnh	쉽게 감기 걸리다	mở	열다
đóng	1. 닫다 2. 역할을 하다 3. 제본하다	bật	전등을 켜다
tắt	불을 끄다	bắt tay	악수하다
nguồn gốc	뿌리, 근본	chắp tay	손을 모으다
nhìn thẳng	직시하다	đối diện (對面)	반대편
yên tâm (安心)	안심하다	tin tưởng	믿다
hoàn toàn (完全)	완전히	cầu nguyện (求願)	기도하다
tầm ngực	가슴	cúi đầu	머리를 숙이다
cử chỉ (擧止)	행동거지	cách (隔·格)	방법,
kiểu (嬌)	형태	loại (類)	종류
nhẹ nhàng	가벼운	tính hiếu thắng (性好勝)	지기 싫어하는 성격

Chú giải ngữ pháp (문법)

A **"... không những (chỉ) ... mà còn ..."** là kết cấu biểu thị ý nghĩa tăng tiến:

"... không những (chỉ) ... mà còn ..."은 "…할 뿐만 아니라 …하기도 하다"는 표현에 쓴다.

Ví dụ
– *Vân Trang không những đẹp mà còn thông minh nữa.*
– *Seoul không chỉ là trung tâm chính trị mà còn là trung tâm văn hóa, du lịch.*

B **"Hãy, hãy ... đi!"** là cấu trúc mệnh lệnh dùng để yêu cầu hay ra lệnh cho một ai đó thực hiện một hành động nào đó. Trong ngôn ngữ nói, người Việt ít khi dùng từ "hãy" mà thường chỉ dùng từ "đi" sau động từ.:

"**Hãy, hãy ... đi!**"는 그 누구에게 어떤 행동을 하도록 명령 혹은 요구할 때 쓰는 표현이다. 구어체에서 베트남인은 "**hãy**"을 잘 쓰지 않고 일반적으로 동사 뒤에 "**đi!**"를 붙혀 쓴다.

Ví dụ
– *Đến Việt Nam, chị **hãy** gọi điện cho tôi!*
– *Anh đi **đi**!*

Luyện tập (어음 연습)

A Đặt câu theo mẫu sau

Mẫu: anh ấy – đẹp trai – thông minh

– Anh ấy không những đẹp trai mà còn thông minh.

– Anh ấy vừa đẹp trai vừa thông minh.

Tiếp tục với: thời tiết ở đây – đẹp – dễ chịu

khách sạn này – gần trung tâm – rẻ

Seoul – lớn – hiện đại

mùa hè ở Việt Nam – nóng – ẩm

mùa đông ở Hàn Quốc – lạnh – có nhiều tuyết

Mẫu: nóng quá – mở cửa ra

– Trời nóng quá! Các em (hãy) mở cửa ra đi!

Tiếp tục với: lạnh quá – bật điều hòa

gió to quá – đóng cửa lại

ở đây nóng quá – bật quạt

nói nhỏ quá – nói to hơn

ồn quá – im lặng

B Đọc lại bài hội thoại và trả lời các câu hỏi sau

– Một tháng qua, ở Hàn Quốc, Vân Trang đã đi chơi những đâu?

– Vân Trang đã đi du thuyền trên sông Hàn chưa?

– Nam-soon đã lưu ý Vân Trang điều gì? Vì sao?

– Theo em, du lịch trên sông Hàn như thế nào?

– Ở Hàn Quốc, khi chào hỏi, người ta có hay bắt tay nhau không?

– Khi chào nhau, người Ấn Độ và Thái Lan làm gì?

– Những người cha ở Trung Đông dạy con cái họ thế nào? Vì sao như vậy?

C Chọn và điền các từ ngữ thích hợp vào chỗ trống

– Mùa Đông ở Hàn Quốc, thời tiết ________ lạnh mà còn có nhiều tuyết nữa.

① và ② vừa ③ không những ④ những không

– Em làm bài tập này sai rồi, em nên làm lại ________!

① nữa ② đi ③ tiếp tục ④ thêm

– Học kỳ này, chúng em không những học tiếng Việt ________ học tiếng Anh nữa.

① mà còn ② còn mà ③ vừa ④ và

– Phòng này nóng quá, bạn ________ bật máy lạnh đi!

① tắt ② mở ③ đừng ④ hãy

– Mẹ bảo: “Hôm nay trời có thể mưa, các con ________ mang theo ô nhé!”.

① không nên ② hãy ③ đừng ④ có

D Biến đổi các câu sau sao cho ý nghĩa cơ bản không thay đổi

– Cách đây 3 năm họ đã ly hôn, bây giờ họ cưới nhau một lần nữa.

→

– Tôi rất vui nếu được gặp anh một lần nữa.

→

– Cô ấy vừa xinh vừa thông minh.

→

– Trời lạnh quá, bạn nên bật lò sưởi lên.

→

– Hiện nay, sinh viên vừa đi học vừa đi làm thêm.

→

– Các sinh viên đã tốt nghiệp, họ hẹn năm sau lại gặp nhau ở đây.

→

– Nếu không còn yêu nhau nữa thì nên chia tay nhau là tốt nhất.

→

E Chọn các ngữ đoạn ở bên phải để hoàn thiện các câu sau

– Nếu anh không muốn đi ăn cơm Việt Nam thì anh ______.

– Nếu chị không nhớ số điện thoại của anh Nam thì ______.

– Nếu chị vẫn còn đau đầu thì ______.

– Nếu ông, bà bị lạc đường thì ______.

– Nếu anh rỗi thì ______.

– Nếu khách sạn này xa trung tâm thì ______.

– Sắp đến mùa đông rồi, nếu chị chưa có quần áo ấm thì ______.

– Mọi người khuyên tôi nên bỏ thuốc lá vì nếu không thì ______.

– chúng ta đi tìm khách sạn khác
– mời anh đến nhà tôi chơi
– hãy gặp công an để hỏi
– hãy uống thuốc đi
– hãy hỏi chị Lan, bạn thân của anh ấy.
– hãy đi ăn cơm Tây
– tôi sẽ đưa chị đi mua
– sẽ bị bệnh ung thư

Bản ghi nhớ

Bài 08

ÔN TẬP 2

복습 2

Vietnamese Conversation 2

Bài đọc (읽기)

A

Chào hỏi và bắt tay (tiếp)

Ở Nhật Bản và Hàn Quốc, những người cha không những dạy con "bắt tay nhẹ nhàng" mà còn dạy thêm "tránh nhìn thẳng vào mắt" người đối diện. Vì như thế có nghĩa là "bất kính". Ở các nước Hồi Giáo, vì đàn ông không được phép đụng chạm vào phụ nữ nên nam giới không bao giờ được bắt tay phụ nữ.

Người Pháp là người thích bắt tay nhất. Họ thường bắt tay khi chào hỏi, khi tạm biệt, khi ra khỏi nhà, và … khi về nhà. Trong trường hợp tay họ đang bị bẩn hoặc đang bận ôm một cái gì đó, họ có thể đưa ngón tay út ra cho bạn nắm. Còn ở Trung và Nam Mỹ, cái bắt tay thường chặt và lâu, đồng thời tay trái chạm vào cánh tay hoặc sờ vào ve áo vét của người đối diện.

Ở Nga, khi chào nhau, đàn ông thường bắt tay nhau mạnh rồi ôm nhau rất chặt. Người Phần Lan phản đối cử chỉ này và sẽ nói với bạn: "Đừng làm như thế ở đây. Chúng tôi không "ôm" hay tiếp xúc với người lạ như người Nga thường làm". Thế nhưng, người ở các nước Nam Mỹ, không chỉ "ôm hôn" mà còn đưa tay vỗ vỗ vào lưng. Cử chỉ này đã làm cho đa số người Bắc Mỹ, Bắc Âu hay châu Á cảm thấy rất khó chịu. Họ không quen với những kiểu "ôm hôn" như thế.

Các nhà tâm lý học cho rằng, bắt tay là một trong những hình thức giao tiếp bằng xúc giác mạnh mẽ nhất. Nó không những biểu thị sự thân mật mà còn chứng tỏ rằng, người đang chào mình không hề mang theo vũ khí.

(Theo "*Ngôn ngữ và cử chỉ*")

Từ ngữ (단어)

tránh	피하다	bất kính (不敬)	불경스러운
hồi giáo (回教)	회교	đụng chạm	1.침범하다 2.충돌하다
đàn ông, nam giới	남자	ôm	포옹하다, 껴안다
ngón tay út	새끼 손가락	nắm, cầm	붙잡다
đồng thời (同時)	동시에	cánh tay	팔
sờ, mó	만지다	ve áo	옷깃
áo vét	짧은 옷	phản đối (反對)	반대하다
mất lịch sự	무례한	cơ thể (氣體)	1.신체 2.조직
tiếp xúc (接觸)	접촉	vỗ vỗ	툭툭치다
đa số (多少), phần lớn	다소, 대부분	khó chịu	참기 힘든
người lạ	낯선 사람	tâm lý học (心理學)	심리학
giao tiếp (交接)	교제하다	xúc giác (觸覺;觸角)	촉각
trung thực (忠實)	충실한	vũ khí (武器)	무기

Luyện tập (어음 연습)

A Điền từ ngữ thích hợp vào chỗ trống

– Người Hàn Quốc thường bắt tay nhau ______.

① mạnh ② mạnh và chặt ③ nhẹ nhàng ④ không nhẹ

– Đàn ông Nga thường bắt tay nhau mạnh rồi ______ rất chặt.

① hôn nhau ② vỗ lưng nhau ③ ôm nhau ④ sờ ve áo vét

– Ở Trung và Nam Mỹ, cái bắt tay thường chặt và ______.

① lâu ② nhanh ③ mau ④ vội vàng

– Người Pháp là người ______ bắt tay nhất.

① vừa phải ② thích ③ ghét ④ không thích

– Người Phần Lan ______ cử chỉ vừa bắt tay vừa ôm nhau.

① phản đối ② đồng ý ③ hài lòng ④ đồng tình

– Người châu Á, Bắc Âu cảm thấy rất ______ khi vừa bắt tay vừa ôm hôn.

① vui ② thích thú ③ dễ chịu ④ khó chịu

– Bắt tay là một trong những hình thức giao tiếp bằng ______ mạnh mẽ nhất.

① thính giác ② vị giác ③ xúc giác ④ khứu giác

B Trả lời các câu hỏi theo nội dung bài đọc

– Vì sao, người Hàn Quốc và Nhật Bản khi bắt tay tránh nhìn vào mắt nhau?

– Vì sao đàn ông Hồi giáo không bao giờ bắt tay phụ nữ?

– Người Pháp thường bắt tay nhau những lúc nào?

– Khi tay đang bận, thay cho bắt tay, người Pháp thường làm gì?

– Vì sao người Phần Lan phản đối kiểu bắt tay và ôm của người Nga?

– Vì sao người Bắc Mỹ, Bắc Âu hay châu Á rất khó chịu với cử chỉ ôm hôn?

– Theo em, khi chào nhau nên hay không nên bắt tay? Vì sao?

C Trả lời các câu hỏi sau

– Nếu có thời gian rỗi, bạn sẽ làm gì?

– Nếu hết tiền, bạn sẽ làm gì?

– Nếu có nhiều tiền, bạn sẽ làm gì?

– Nếu không hiểu bài học, bạn sẽ làm gì?

– Nếu có một sinh viên mời đi ăn cơm, bạn sẽ làm gì?

– Nếu được chọn lại, bạn có chọn học tiếng Việt không? Vì sao?

– Tương lai, bạn muốn trở thành người như thế nào?

D Hoàn thiện các câu sau

– Tuy thời tiết rất lạnh, ______.

– ______, ______ anh ấy vẫn dậy sớm.

– Tuy tiếng Việt khó, ______.

– Tuy đã thay đổi nhiều kiểu quần áo, ______ chị ấy ______.

– Mùa Đông ở Hàn Quốc, thời tiết ______ mà còn ______.

– Chị ấy không những ______, ______ thông minh nữa.

– Các món ăn ở đây ______ ngon ______ sạch ______.

– Sinh viên ở đây ______ học tiếng Việt ______ tiếng Anh ______.

– Nhân dân chúng tôi ______ yêu tự do ______ yêu hòa bình ______.

– Bài học này không chỉ ______ mà còn ______ nữa.

– Hoa quả nhiệt đới không chỉ ______ mà còn ______ nữa.

E Sắp xếp các câu sau thành hội thoại hoàn chỉnh

Tình huống: *Bạn bè gặp nhau*

– Còn gia đình?

– Thế công việc thế nào?

– Thế nào? Dạo này có gì mới không?

– Cũng bình thường.

– Cám ơn cậu, không có gì mới cả.

– Cả nhà mình vẫn khỏe.

Tình huống: *Một cuộc điện thoại*

– Cám ơn chị, tôi sẽ gọi lại sau.

– Dạ, anh Hùng đi vắng rồi ạ. Xin lỗi, chị tên là gì ạ?

– Thế ạ? Vậy chị có nhắn gì không ạ?

– Tôi là Loan, bạn học cũ với anh Hùng.

– A-lô, tôi muốn nói chuyện với anh Hùng.

F Điền các từ "trở nên", "trở thành", "hóa ra" vào các câu sau

– Trước đây, tôi nghĩ anh ấy là người chậm chạp, ______ không phải như vậy.

– Năm năm nữa, họ sẽ ______ bác sĩ.

– Buổi sáng, thời tiết lạnh như thế mà buổi chiều ______ ấm hơn.

– Đầu tiên tôi nghĩ anh là người Nhật Bản, ______ là người Hàn Quốc.

– Tôi tưởng vấn đề đó đơn giản, ______ cũng khá phức tạp.

– Trời hôm nay tưởng mưa, ______ nắng.

– Chúng tôi cứ nghĩ tiếng Việt dễ, ______ cũng không đơn giản.

– Không ai nghĩ anh ấy ______ nóng tính đến như vậy.

Bài 09

Cuộc sống càng ngày càng tốt đẹp lên

삶이 갈수록 좋아지다.

Vietnamese Conversation 2

Hội thoại và bài đọc (회화)

A

Soo-min: Dạo này, trông chị khác quá!

Bích: Khác là khác thế nào?

Soo-min: Hình như chị gầy đi một chút và xinh ra nhiều.

Bích: Có lẽ chị hợp với món ăn Hàn Quốc. Còn em, có vẻ đen đi đấy.

Soo-min: Em vừa đi Việt Nam về. Đi du lịch nhiều nên da hơi đen.

Bích: Em sang Hà Nội hay Thành phố Hồ Chí Minh?

Soo-min: Em sang Hà Nội, chị ạ!

Bích: Em thấy Hà Nội dạo này thế nào?

Soo-min: Em thấy Hà Nội càng ngày càng thay đổi nhanh …

B

Cơm bình dân

Hiện nay, ở Hà Nội, Thành phố Hồ Chí Minh và một số thành phố lớn khác của Việt Nam, "cơm bình dân" đã trở nên rất quen thuộc. Cuộc sống mới làm cho mọi người thấy cần phải tiết kiệm thời gian. Vì vậy "cơm bình dân", đã được ủng hộ và khuyến khích.

Khi mới xuất hiện, "cơm bình dân" được hiểu là loại cơm với một vài món ăn đơn giản, giá cả phải chăng. Và chủ yếu phục vụ tầng lớp bình dân trong xã hội. Dần dần, "cơm bình dân" càng ngày càng thay đổi : từ "bình dân" đến "sang" và "rất sang". Một số quán cơm bình dân ở Hà Nội và Thành phố Hồ Chí Minh còn bán đủ các loại cơm: cơm đĩa, cơm hộp, cơm phần, cơm tháng … phục vụ mọi tầng lớp trong xã hội.

Để giảm bớt thời gian nấu nướng, tăng thời gian làm việc và giải trí, nhiều cặp vợ chồng trẻ Việt Nam thường đi ăn ngoài và ăn ở các quán cơm bình dân. Giới sinh viên, nhất là sinh viên nước ngoài rất thích ăn ở những quán cơm bình dân. Vì nó vừa phù hợp với túi tiền vừa để hiểu thêm một đặc trưng ẩm thực Việt Nam trong thời kỳ đổi mới.

Từ ngữ (단어)

khác	다른	da	피부
hình như	마치 …처럼	có vẻ	…처럼 보이다
thay đổi	변화하다	cơm bình dân	일반음식
quen thuộc	익숙하다	tầng lớp	계층
tiết kiệm (節儉)	절검하다	ủng hộ (擁護)	옹호하다
khuyến khích (勸激)	권장하다	xuất hiện (出現)	출현하다
giá cả phải chăng	타당한 가격	chủ yếu (主要)	주요
sang (trọng)	1. 사치스런 2. 자존심이 있는	dần dần	점점
quán cơm	식당	cơm đĩa	밥과 반찬이 함께 있는 밥
cơm hộp	도시락	cơm phần	밥과 반찬이 따로 있는 밥
cơm tháng	월별로 지불하고 먹는 밥	giảm bớt	가격을 낮추다
tăng (增)	오르다	hợp, phù hợp (符合)	부합하다
túi tiền	지갑	tìm hiểu	이해하다
đặc trưng (特徵)	특징	ẩm thực (飮食)	음식
thời kì (時期)	시기, 때	đổi mới	쇄신하다

Chú giải ngữ pháp (문법)

A "**Trông + ai (cái gì) có vẻ + tính từ**" là kết cấu đánh giá hình thức bên ngoài của sự vật, hiện tượng, chưa chú ý đến nội dung bên trong. Đôi khi, người Việt sử dụng kết cấu này như một lời chào khi những người đã quá thân quen gặp nhau.:

"**Trông + ai (cái gì) có vẻ + tính từ**"은 사물이나 현상의 내부가 아닌 외부의 변화를 평가할 때 쓰는 표현이다. 베트남인은 친한 사이에 이 같은 인사말를 주로 쓴다. 의미는 "사물이나 현상이 … 처럼 보인다"이다.

Ví dụ
- ***Trông chị*** *dạo này* ***trẻ và xinh quá****!*
- *Em nên đi khám bệnh đi vì* ***trông em*** *dạo này* ***có vẻ gầy và xanh*** *quá!*
- ***Trông*** *món ăn này* ***có vẻ*** *ngon.*

B "**Càng … càng …**", "**càng ngày càng …**" biểu thị ý nghĩa nhấn mạnh, và tăng thêm mức độ nào đó cho sự vật, hiện tượng, gây chú ý cho người nghe.:

"**Càng … càng …**", "**càng ngày càng …**"은 청자의 주의를 끌기 위하여 그 어떤 사물이나 현상을 강조 혹은 향상시켜 말하는 표현이다. 의미는 "갈수록 …하다"이다.

Ví dụ
- *Chị ấy* ***càng ngày càng*** *đẹp.*
- *Thời tiết* ***càng ngày càng*** *lạnh.*
- *Ông ấy* ***càng*** *nói, tôi càng không hiểu.*
- ***Càng*** *ở đây tôi* ***càng*** *hiểu họ hơn.*

C "**Tính từ + ra, đi, lên, lại**" biểu thị đặc điểm, tính chất của sự vật thay đổi theo thời gian, hoàn cảnh. Sự thay đổi của sự vật, hiện tượng thường theo 2 hướng: tốt hơn hoặc xấu hơn. Trong trường hợp thay đổi theo hướng tốt hơn, người ta dùng. "**Tính từ + ra (lên)**", còn "**tính từ + đi (lại)**" cho trường hợp ngược lại.:

"**Tính từ + ra, đi, lên, lại**" 은 시간이나 환경에 의하여 사물의 특징이 바뀌는 것을 나타낼 때 쓰는 표현이다. "**tính từ + ra (lên)**"은 좋은 상태로, "**tính từ + đi (lại)**"은 나쁜 상태로 바뀌었을 경우에 쓴다.

Ví dụ

– *Dạo này trông chị ấy có vẻ **khỏe** ra.*

– *Đi biển về, da mọi người **đen đi**.*

– *Thời tiết càng ngày càng **nóng lên**.*

Luyện tập (어음 연습)

A **Dựa vào nội dung bài đọc, cho biết những nhật định sau là đúng hay sai**

– Các quán cơm bình dân thường xuất hiện ở các thành phố lớn.

– Trong quán cơm bình dân chỉ có cơm đĩa thôi.

– Khi mới xuất hiện, giá cả của cơm bình dân rất đắt.

– Vì tiện lợi và hợp túi tiền của nhiều tầng lớp trong xã hội nên cơm bình dân được mọi người ủng hộ và khuyến khích.

– Phần lớn sinh viên nước ngoài rất sợ cơm bình dân vì thiếu vệ sinh.

– Các cặp vợ chồng trẻ thường không thích đi ăn ngoài và không bao giờ đến ăn ở các quán cơm bình dân.

B **Đặt câu và luyện tập hỏi đáp theo những mẫu sau đây**

Mẫu: hôm nay – chị ấy – có vẻ mệt

Hỏi: Hôm nay chị ấy thế nào?

Trả lời: – Hôm nay chị ấy trông có vẻ mệt.

– Trông chị ấy hôm nay có vẻ mệt.

– Hôm nay, trông chị ấy có vẻ mệt.

Tiếp tục với: sáng nay – anh ấy – buồn ngủ

món ăn này – ngon

ông ấy – khó tính

sinh viên ở đây – thông minh

Seoul – sạch sẽ và hiện đại

Mẫu: chị ấy – xinh

Hỏi: – Em thấy dạo này chị ấy thế nào?

Trả lời: – Em thấy chị ấy càng ngày càng xinh.

Tiếp tục với: mùa hè ở Hàn Quốc – nóng
thời tiết mùa đông – lạnh hơn
tiếng Việt – khó
thế hệ trẻ – thông minh hơn
tình hình thế giới – phức tạp

Mẫu: em gái tôi – lớn lên – xinh đẹp
– Em gái tôi càng lớn lên càng xinh đẹp.

Tiếp tục với: tiếng Việt – học – khó
chúng tôi – đi nhiều – biết nhiều
chúng tôi – biết nhiều – thấy mình kém
con người – già – khó tính

Mẫu: đi nghỉ mát về – khỏe ra

Hỏi: – Đi nghỉ mát về, chị thấy thế nào?

Trả lời: – Đi nghỉ mát về, tôi thấy khỏe ra.

Tiếp tục với: ăn nhiều – béo ra
công nghiệp phát triển – trái đất nóng lên
đi tắm biển nhiều – da chị ấy đen đi
thức khuya nhiều – người gầy đi

Lưu ý:

tốt (ra, lên)	**béo** (ra, lên)	**khỏe** (ra, lên)
xấu (đi)	**gầy** (đi, lại)	**yếu** (đi)

C Đọc lại hội thoại và bài đọc rồi trả lời các câu hỏi sau

– Soo-min thấy chị Bích dạo này thế nào?

– Còn chị Bích thấy Soo-min dạo này thế nào?

– Vì sao, da của Soo-min dạo này hơi đen?

– Vì sao dạo này chị Bích có vẻ xinh ra?

– Các quán cơm bình dân thường xuất hiện ở đâu?

– Khi mới xuất hiện, cơm bình dân được hiểu như thế nào?

– Vì sao cơm bình dân được mọi người ủng hộ và khuyến khích?

– Theo em, những ai thường đến ăn ở các quán cơm bình dân?

– Theo em, ăn cơm bình dân có những lợi và hại gì?

D Điền từ ngữ thích hợp vào chỗ trống

– Các quán cơm bình dân thường xuất hiện ở ______.

① thành phố ② nông thôn ③ miền núi ④ hải đảo

– Tiếng Việt của anh ấy càng ngày càng tốt ______.

① đi ② vào ③ xuống ④ lên

– Sức khỏe của chị ấy càng ngày càng yếu ______.

① xuống ② ra ③ đi ④ lên

– Mức sống của người dân dạo này có vẻ cao ______.

① đi ② lên ③ lại ④ ra

– Vì ăn uống thất thường nên dạo này trông chị ấy có vẻ gầy ______.

① đi ② lên ③ ra ④ vào

– So với năm ngoái, năm nay ông ấy có vẻ già ______.

① lên ② đi ③ vào ④ ra

– Vì đã bỏ được thuốc lá nên dạo này da anh ấy có vẻ trắng ______.

① vào ② ra ③ lại ④ đi

E Chọn các ngữ đoạn ở bên A và B để ghép thành những câu hoàn chỉnh

(A)	(B)
a. Vì chăm chỉ học	a. (nên) sức khỏe của họ ngày càng yếu đi
b. Vì ăn nhiều hoa quả	b. (nên) sức khỏe của chị ấy đã tốt lên
c. Do lười tập thể dục	c. (nên) kinh tế Việt Nam càng phát triển
d. Vì gặp được thầy thuốc giỏi	d. (nên) da chị ấy càng ngày càng đẹp ra
e. Do có chính sách đổi mới	e. (nên) tiếng Việt của anh ấy khá lên
f. Vì đời sống được cải thiện	f. (nên) dạo này chị ấy nói tiếng Việt tốt hơn
g. Vì đi học ở Việt Nam	g. (nên) tuổi thọ người dân cao lên

Bài 10

Trước khi học tiếng Việt, chúng em đã từng học tiếng Anh

베트남어를 배우기 전에 우리는 영어를 배웠다.

Vietnamese Conversation 2

Hội thoại và bài đọc (회화)

A

Trang: Hôm nay, cậu có rỗi không, Chi-ul?

Chi-ul: Có việc gì vậy, Vân Trang?

Trang: Mình muốn nhờ cậu đưa mình đi mua sắm một số thứ.

Chi-ul: Thế, cậu định mua những gì?

Trang: Mình muốn mua một đôi giày thể thao và một cái áo khoác. Mùa đông ở đây sắp đến rồi.

Chi-ul: Cậu thích mua hàng ở siêu thị hay ở các cửa hàng ngoài phố?

Trang: Mua ở siêu thị thì đắt lắm mà tớ không có nhiều tiền.

Chi-ul: Hay là chúng ta đi chợ Namdeamun, ở đó nhiều hàng hóa lắm, chất lượng cũng được và giá cả vừa phải.

Trang: Tùy cậu.

B

Chi-ul: Cậu thấy đôi giày này thế nào?

Trang: Tớ thấy rất đẹp lại mốt nữa.

Chi-ul: Cậu đi thử đi, xem có vừa không?

Trang: Ồ ..., vừa và thích quá!

Chi-ul: Chị ơi, đôi giày này bao nhiêu tiền ạ?

Người bán: 60.000 won.

Chi-ul: Chị có bớt không ạ?

Người bán: Chỉ bớt một chút thôi vì đó là giày ngoại.

Trang: Này, mua sắm ở Hàn Quốc cũng được mặc cả à?

Chi-ul: Trong siêu thị thì không, nhưng đây là chợ nên có thể mặc cả.

Trang: Vậy mà tớ cứ nghĩ mua bán ở đây không được mặc cả.

Từ ngữ (단어)

nhờ	부탁하다	đưa	보내다
một số thứ	일부 상품	đôi giày	신발
thể thao (體操)	스포츠	định, ý định (意定)	…할 예정이다
áo khoác	코트	siêu thị (超市)	마트
hàng hóa (行貨)	상품	chất lượng (質量)	질
giá cả vừa phải	적당한 가격	tùy	…에 따라서
mốt	모델	đi thử	신어 보다
vừa	적당한	bớt, giảm giá (減價)	가격을 깎다
hàng ngoại (行外)	수입품	hàng nội (行內)	국산품
mặc cả	가격을 깎다	trả (tiền)	(돈을) 지불하다

Chú giải ngữ pháp (문법)

A "**Vay, mượn, nhận, lấy, mang, đưa**" là nhóm động từ đòi hỏi hai bổ ngữ: "cái gì" và "của ai" hay "cho ai":

"**Vay, mượn, nhận, lấy, mang, đưa**"은 무엇, 누구의, 누구에게 등의 보어를 갖는 동사이다 (여기서 보어는 직접 혹은 직접+간접목적어를 의미함).

Ví dụ
- *Chúng em* ***mượn*** *sách của thư viện.*
- *Em đã* ***vay*** *20.000 won của anh ấy.*
- *Chị ấy đã* ***đưa*** *quyển từ điển này cho em.*

B "**Trước khi**", "**sau khi**", "**trong khi**" được dùng trước một động từ, ngữ động từ hay tiểu cú để cấu tạo ngữ đoạn chỉ thời gian. Khác với những kết hợp này, các giới từ "trước", "sau", "trong" được dùng trước danh từ, danh ngữ.:

"**Trước khi", "sau khi", "trong khi**" 등은 시간을 나타내기 위하여 동사나 절앞에 사용한다. 이와는 달리 "**trước**", "**sau**", "**trong**" 가 명사 앞에 앞에 쓰기도 한다.

Ví dụ
- ***Sau khi*** *tốt nghiệp, em sẽ sang Việt Nam để làm việc.*
- *Mẹ em bảo* ***trước khi*** *ăn nên rửa tay sạch sẽ.*
- ***Trong khi*** *em học bài thì anh ấy ngủ.*
- *Chúng em thường đến lớp* ***trước*** *15 phút.*
- *Bạn ấy thường ăn trưa* ***sau*** *em.*

C "**Do ai + động từ**?" là cấu trúc bị động với các động từ như "**làm**", "**sản xuất**", "**chế tạo**", "**thiết kế**", ...":

"**Do ai + động từ?**"는 "**làm**", "**sản xuất**", "**chế tạo**", "**thiết kế**", …"와 같은 동사와 함께 쓰는 수동 문형이다. 의미는 "누구에 의하여 … 되었다"이다.

Ví dụ

Chủ động:	*Bị động:*
– Chị ấy đã thiết kế cái áo này.	*– Cái áo này **do** chị ấy **thiết kế**.*
– Hàn Quốc đã chế tạo loại ô tô này.	*– Loại ô tô này **do** Hàn Quốc **chế tạo**.*
– Eun-mi đã làm bài tập này.	*– Bài tập này **do** Eun-mi **làm**.*

Luyện tập (어음 연습)

A Đặt câu theo mẫu

Mẫu: tôi – vay – bạn tôi – 40.000 won

– Tôi vay (của) bạn tôi 40.000 won.

– Tôi vay 40.000 won của bạn tôi.

– Bạn tôi cho tôi vay 40.000 won.

Tiếp tục với:

em – mượn – thư viện – sách

tôi – nhận – anh trai tôi – e-mail

anh ấy – đưa – tôi – sách

chủ quán – mang – tôi – thực đơn

Mẫu: đọc báo – bữa ăn sáng

– Bố em thường đọc báo trước bữa sáng.

– Bố em thường đọc báo sau bữa sáng.

Tiếp tục với: gặp nhau – giờ học

đi ăn trưa – 12 giờ

sang Việt Nam – học kỳ này

đi du lịch – mùa hè

cưới nhau – tháng này

Mẫu: vào phòng – gõ cửa

– Trước khi vào phòng nên gõ cửa.

Tiếp tục với: ra khỏi phòng – tắt điện

đến nhà người khác – gọi điện thoại

tốt nghiệp – xin việc ở công ty thương mại

ăn uống – nói chuyện nhiều

về nước – đi mua sắm

Mẫu: máy bay– chế tạo – hãng Boeing

Hỏi: – Máy bay này do ai chế tạo?

Trả lời: – Máy bay này do hãng Boeing chế tạo.

Tiếp tục với: ô tô này – sản xuất – hãng Hyun-dai

bức thư này – viết – chị ấy

quyển tiểu thuyết ấy – viết – một nhà văn Hàn Quốc

từ điển Việt – Hàn này – xuất bản – Trường HUSF

quần áo của cô ấy – may – cô ấy

B Đọc lại bài hội thoại và trả lời các câu hỏi sau

– Trang đã nhờ ai dẫn đi mua sắm?

– Trang muốn mua những gì?

– Vì sao Trang không muốn mua ở siêu thị?

– Cuối cùng, họ đã đi mua sắm ở đâu?

– Chi-ul đã dẫn Trang đi mua gì? Ở siêu thị hay ở chợ?

– Ở Hàn Quốc khi mua hàng có được mặc cả không?

– Người bán hàng ở Hàn Quốc khi bán hàng có hay nói thách không?

– Trang đã nghĩ như thế nào khi mua bán ở Hàn Quốc?

C Điền từ ngữ thích hợp vào chỗ trống

– ______ nói một cái gì đó, ông ấy thường chuẩn bị trước.

① trước ② trước khi ③ sau ④ sau khi

– Bố mẹ tôi dạy ______ ăn cơm không nên nói chuyện nhiều.

① trong ② trước ③ trong khi ④ sau

– Em đã gặp anh ấy ______ thời gian em học tiếng Việt ở Hà Nội.

① trong khi ② trước khi ③ sau khi ④ trong

– Học kỳ này, em đã ______ được học bổng của trường.

① vay ② mượn ③ nhận ④ cho

– Tuần trước, em đã ______ của bạn em 100.000 won.

① vay ② đưa ③ cho ④ mang

– Em và bạn thân của em thường vẫn ______ từ điển của nhau.

① vay ② mượn ③ cho ④ đưa

– Những chiếc ô tô đẹp và hiện đại này ______ hãng Huyn-dai sản xuất.

① vì ② do ③ bởi ④ bằng

D Đọc lại bài hội thoại và trả lời các câu hỏi sau

Đoạn văn 1: *xin, bưu điện, nhận, vay, gửi*

Vào cuối tháng, sinh viên thường hết tiền. Họ thường gọi điện về cho bố mẹ của mình để ______ tiền. Có một số sinh viên phải ______ tiền của bạn để sống. Còn những sinh viên gia đình ở quá xa, hàng tháng bố mẹ họ đến ______ để ______ cho họ. Sau đó, sinh viên đến bưu điện để ______ tiền.

Đoạn văn 2: *lại, mang, dùng, lấy*

Khi đến đây, tôi quên ______ áo mưa. Lúc này, trời đang mưa khá to. Anh Park, bạn tôi bảo: Cậu hãy ______ áo mưa của mình mà ______ Đừng ngại. Khi nào rỗi, cậu trả ______ cho mình cũng được.

Bản ghi nhớ

Bài 11

Hôm nay, thời tiết lạnh đến nỗi không ai muốn ra ngoài

오늘은 아무도 외출하고 싶지 않을 정도로 날씨가 춥다.

Vietnamese Conversation 2

Hội thoại và bài đọc (회화)

A

Kim Hoa: Chào Min-hyuk, em sang Hà Nội bao giờ thế?

Min-hyuk: Dạ, chào chị, em sang cách đây hai tuần rồi. Nhưng bận quá nên chưa đến thăm chị và gia đình được.

Kim Hoa: Không sao! Trông em dạo này có vẻ khỏe và béo ra đấy.

Min-hyuk: Chị trông cũng có vẻ trẻ ra nhiều. Anh và các cháu thế nào ạ?

Kim Hoa: Cám ơn em, anh và các cháu nhà chị vẫn khỏe. Lần này, em sang Hà Nội có lâu không và sẽ làm gì?

Min-hyuk: Bây giờ em là nhân viên công ty. Em được công ty cử sang đây để vừa làm việc vừa tìm hiểu thị trường khoảng một năm.

Kim Hoa: Thế còn tiếng Việt, em vẫn tiếp tục học chứ?

Min-hyuk: Em vẫn tiếp tục học ạ. Nếu không giỏi tiếng Việt sẽ rất khó khăn cho em trong công việc và sinh hoạt.

B

Người Việt Nam không chỉ cần cù mà còn hiếu học. Trẻ em Việt Nam, nhất là trẻ em ở thành phố được đến trường từ khi còn nhỏ. Hàng ngày, khi bố mẹ đi làm, trẻ em được gửi đến các nhà trẻ, trường mẫu giáo. Tại đây, các cô giáo sẽ cho các em ăn, dạy các em học và hát. Ở trường, chúng không chỉ được chăm sóc mà còn được làm quen với những chữ cái đầu tiên.

Hệ thống giáo dục phổ thông ở Việt Nam kéo dài 12 năm: 5 năm ở trường tiểu học, 4 năm ở trường trung học cơ sở và 3 năm ở trường trung học phổ thông. Sau khi tốt nghiệp trung học phổ thông, nếu thi đỗ họ sẽ trở thành sinh viên ở các trường cao đẳng hoặc đại học. Tuy nhiên, trở thành sinh viên là điều không phải dễ. Hiện nay, mặc dù có nhiều trường tư đã được mở nhưng thi vào đại học vẫn còn rất khó. Tỉ lệ sinh viên đỗ đại học rất thấp. Phần lớn các em thường tìm một việc làm nào đó sau khi bị trượt đại học.

Từ ngữ (단어)

(đi) đến thăm	방문하다	cử (擧)	지명하다
tìm hiểu	이해하다	thị trường (市場)	시장
khó khăn	어려운, 힘든	sinh hoạt (生活)	생활
hiếu học (好學)	배우기를 좋아하다	nhà trẻ	유치원
trẻ, trẻ em	어린, 젊은	hệ thống (系統)	계통, 시스템
giáo dục (教育)	교육	mặc dù	비록
trường mẫu giáo (場母校)	유아원	chăm sóc	돌보다
chữ cái	알파벳	trường tiểu học (場小學)	초등학교
trung học cơ sở (中學基礎)	중학교	trung học phổ thông (中學普通)	고등학교
tốt nghiệp (卒業)	졸업하다	thi đỗ	합격하다
thi trượt	낙방하다	trường tư (場私)	사립학교
trường công (場公)	국립학교	tỷ lệ (比例)	비례

Chú giải ngữ pháp (문법)

A Tiếng Việt sử dụng "**được**", "**bị**" để biến đổi từ câu chủ động sang câu bị động. "**Được**" thường dùng với câu bị động mang ý nghĩa tích cực, còn "**bị**" thì mang ý nghĩa trái lại.:

"**được**"과 "**bị**"는 수동태를 만든다. "**được**"은 좋은 의미를, "**bị**"는 나쁜 의미를 나타낼 때 쓴다.

Ví dụ
- *Chúng tôi làm việc tốt vì thế chúng tôi **được** giám đốc **khen**.*
- *Anh ấy rất lười nên anh ấy thường **bị** chị ấy **chê**.*
- *Em trai tôi đã **bị** bố mẹ tôi **mắng**.*
- *Các sinh viên giỏi đã **được** trường **cấp học bổng**.*

B "Đến nỗi", "đến mức" là những từ dùng để nhấn mạnh mức độ cao của một tính chất, trạng thái. Đứng sau những từ này thường là tiểu cú hay một ngữ động từ biểu thị tính chất, trạng thái đó ở mức độ cao như thế nào.:

"**Đến nỗi**", "**đến mức**"는 어떤 성질이나 상태의 최고상황을 강조하기 위하여 쓰는 단어이다. 이 단어 뒤에 오는 절이나 구는 성질이나 상태가 극한 상황에 있음을 의미한다. "…의 정도까지"라는 의미를 갖는다.

Ví dụ
- *Mấy hôm nay thời tiết lạnh **đến mức** chẳng ai muốn ra đường.*
- *Họ ghét nhau **đến nỗi** không muốn nhìn mặt nhau.*

C "...bao nhiêu ...bấy nhiêu" là kết cấu biểu thị mối quan hệ hô ứng giữa hai vế câu.:

"···**bao nhiêu ...bấy nhiêu**"는 양자가 상응하는 관계를 나타내는 표현이다.

Ví dụ
- *Họ làm ra tiền* ***bao nhiêu*** *tiêu hết* ***bấy nhiêu****.*
- *Chị biết* ***bao nhiêu*** *cứ trả lời* ***bấy nhiêu****.*
- *Học* ***bao nhiêu*** *biết* ***bấy nhiêu****.*

Kết cấu này có những cách nói đồng nghĩa như:

"···**chừng nào** ···**chừng nấy (ấy)**", "···**thế nào** ···**thế ấy**": 이는 "···**chừng nào** ···**chừng nấy (ấy)**" 혹은 "···**thế nào** ···**thế ấy**"의 형태로도 쓸 수 있다.

Luyện tập (어음 연습)

A Đặt câu theo mẫu

Mẫu: chúng em – thầy giáo – khen

– Thầy giáo khen chúng em.

– Chúng em được (thầy giáo) khen

Tiếp tục với:
anh ấy – công an – phạt
tổng thống – nhân dân – ủng hộ
các sinh viên giỏi – Trường HUFS – cấp học bổng
người nghèo – chính phủ – giúp đỡ
cô ấy – mọi người – chê
chị ấy – mọi người – yêu mến
anh ấy – xe máy – đâm.

Mẫu: nóng – không ai muốn ra đường

– Thời tiết hôm nay nóng đến mức không ai muốn ra đường.

Tiếp tục với:
đẹp – mọi chàng trai đều thích
ồn ào – không thể nghe được gì
mưa to – không thấy đường đi
thú vị – đọc quên ăn
buồn – không muốn ăn uống gì cả

Mẫu: nói – sai

– Ông ấy nói bao nhiêu càng sai bấy nhiêu.

– Ông ấy càng nói càng sai.

Tiếp tục với: sống xa gia đình – nhớ bố mẹ

học nhiều – biết nhiều

ăn nhiều – béo ra

lười học – dốt

làm được nhiều tiền – tiêu nhiều

B Đặt câu theo mẫu

– Min-hyuk đã sang Hà Nội được bao lâu rồi?

– Lần này anh ấy sang Hà Nội để làm gì? Bao lâu?

– Min hyuk nghĩ về tiếng Việt như thế nào?

– Hệ thống giáo dục Việt Nam kéo dài mấy năm? Được chia làm mấy cấp?

– Sau khi tốt nghiệp lớp 12, học sinh sẽ tham gia kỳ thi nào?

– Nếu thi đỗ, họ sẽ được tiếp tục học ở đâu? Và nếu thi trượt họ sẽ làm gì?

– Ở Hàn Quốc, lên mấy tuổi trẻ em bắt đầu đi học?

– Học sinh Hàn Quốc có phải tham gia vào kì thi Đại học không? Tỷ lệ đỗ đại học có cao không? Nếu không đỗ Đại học, họ sẽ làm gì?

C Đặt câu theo mẫu

– Tối nay, thời tiết lạnh .... không ai muốn ra đường.

① hơn ② bằng ③ nhất ④ đến nỗi

– Vì chúng em học tốt nên đã ______ thầy giáo khen.

① được ② bị ③ nên ④ phải

– Vì lái xe quá nhanh nên anh ấy đã ______ công an phạt.

① gặp ② phải ③ bị ④ được

– Cuối tháng này, chị ấy sẽ ______ giám đốc cử ra nước ngoài làm việc.

① cần ② phải ③ bị ④ được

– Họ ghét nhau ______ không muốn gặp nhau.

① nhất ② như ③ bằng ④ đến mức

– Người Hàn thích kim chi ______ bữa ăn không có nó, họ cảm thấy không ngon.

① như ② đến mức ③ nhất ④ hơn

– Khi mua hàng tôi không biết mặc cả, họ nói bao nhiêu tôi trả ______.

① bao nhiêu ② chừng nào ③ bấy nhiêu ④ bằng giá

– Ông ấy làm được ______ tiền thì con trai ông ấy tiêu hết bấy nhiêu.

① bấy nhiêu ② bao nhiêu ③ mấy ④ chừng nấy

– Vì đi làm việc muộn nên anh ấy đã ______ giám đốc phê bình.

① phải ② do ③ được ④ bị

D Xếp các câu sau đây thành một hội thoại

– À, mình mới đi Việt Nam về.

– Mấy tháng nay, cậu đi đâu mà tớ không gặp?

– Mình sang đó vừa thực tập tiếng Việt vừa đi du lịch.

– Thế, cậu thấy học tiếng Việt bên đó thế nào?

– Cậu sang Việt Nam để làm gì?

– Nói chung là tốt.

Bài 12

ÔN TẬP 3

복습 3

Vietnamese Conversation 2

Bài đọc

A

Tên của người Hàn Quốc

Tên của người Hàn Quốc thường gồm ba chữ, được phát âm thành ba âm tiết. Chữ đầu tiên là họ, chữ thứ hai và thứ ba là tên. Ví dụ: Ryu Jae-hyun, Jeong Ji-ae … Ryu và Jeong là họ, còn Jae-hyun, Ji-ae là tên.

Trong tên của mỗi người, họ không bao giờ thay đổi. Có khoảng 300 họ khác nhau ở Hàn Quốc, nhưng một số họ ít phổ biến. Những họ phổ biến nhất là Kim, Lee, Park (Pak), An, Jang, Jo (Cho), Choe (Choi), Jong (Cheong), Han, Gang (Kang), Yu (Yoo) và Yun (Yoon).

Phụ nữ Hàn Quốc không đổi họ theo họ chồng sau khi kết hôn như phụ nữ châu Âu. Sau khi kết hôn, phụ nữ châu Âu phải đổi họ của mình, ví dụ "Bà Smith" (Mrs. Smith) có nghĩa bà ấy là vợ của ông Smith. Nếu bạn gặp một phụ nữ Hàn Quốc và bà ấy tự giới thiệu: Tôi là Kim (Mrs. Kim) thì Kim là họ khai sinh của bà ấy.

Có một số phụ nữ Hàn Quốc lấy họ của chồng, nhưng điều này rất ít khi xảy ra. Người Hàn Quốc không thích gọi người khác theo tên, trừ trường hợp là bạn bè thân thiết. Người ít tuổi không bao giờ gọi người lớn tuổi bằng tên, mà thường gọi là *eonni*, có nghĩa là "chị" hoặc *oppa*, có nghĩa là "anh".

Từ ngữ (단어)

chữ	문자	phát âm (發音)	발음
âm tiết (音節)	음절	họ	1.성 2.그들
phần lớn	대부분	tập tục (習俗)	습속
đặt tên	이름을 짓다	con cái	자녀
phổ biến (普遍)	보편	theo	따르다
kết hôn (結婚)	결혼하다	khai sinh (開生)	출생신고하다
trường hợp (場合)	경우	trừ (除)	제하다
thân thiết (親切)	절친한	(có) nghĩa là	…와 같은 의미가 있다

Từ ngữ tập (어음 연습)

A Điền từ ngữ thích hợp vào chỗ trống

– Tên riêng của người Hàn thường gồm ______ âm tiết.

① hai ② ba ③ bốn ④ năm

– Trong tên của mỗi người, họ ______ bị đổi.

① luôn luôn ② đôi khi ③ không bao giờ ④ thường xuyên

– Sau lập gia đình, phụ nữ Hàn ______ đổi họ của mình theo họ của chồng.

① nhất định phải ② phải ③ không phải ④ bắt buộc phải

– Phụ nữ Hàn Quốc lấy họ của chồng là điều rất ______.

① phổ biến ② không có ③ bí mật ④ ít gặp

– Người Hàn Quốc thường gọi nhau theo ______.

① tên ② họ ③ chỉ bằng tên ④ không phải họ

B Trả lời các câu hỏi sau

– Hiện nay, người Hàn Quốc có khoảng bao nhiêu họ? Cho ví dụ.

– Hãy kể tên một số họ phổ biến nhất và ít phổ biến nhất ở Hàn Quốc.

– Sau khi lấy chồng, phụ nữ Hàn có đổi họ của mình không?
Đối với phụ nữ châu Âu thì thế nào?

– Cách gọi tên của người Việt và người Hàn khác nhau thế nào?

C Chuyển các câu chủ động sau sang câu bị động hoặc ngược lại

– Thầy giáo khen chị ấy về thành tích học tập.

– Trường Đại học Ngoại ngữ Hàn Quốc vừa cấp cho anh ấy một học bổng.

– Anh ấy đã yêu chị Lee.

– Mọi người ở đây đều giúp đỡ chị ấy.

– Một công ty thương mại đã tài trợ cho dự án nghiên cứu của chúng tôi.

– Công ty Sam-sung đã sản xuất loại ti vi này.

– Công ty Huyn-dai đã chế tạo những chiếc ô tô ấy.

– Anh ấy đã viết bản báo cáo đó.

– Chúng tôi đã thiết kế chương trình ca nhạc ấy.

– Tất cả sinh viên ở đây đều yêu mến anh ấy.

D Sắp xếp các câu sau thành hội thoại

1.

– Dạ, em thường đọc sách và xem ti vi ạ.

– Lúc rỗi, em thường làm gì, Chi hyun?

– Em hay rủ bạn em đi ăn tối, xem phim hoặc nghe ca nhạc.

– Thế còn khi buồn?

– Còn khi vui, em hay làm gì?

– Nếu buồn, em đến nhà bạn hoặc đi dạo.

2.

– Chị cần gì đấy ạ?

– Tôi muốn đổi một ít tiền từ đô la sang đồng Việt.

– Chị đổi đô la gì? Mỹ, Úc, Canada hay Singapore?

– Tỷ giá đô la Mỹ hôm nay là 20.500 đồng. Chị muốn đổi bao nhiêu tiền?

– Dạ, đô la Mỹ ạ.

– Hai trăm (200).

– Đây là tiền đồng của chị.

– Dạ, cám ơn anh.

– Không có gì. Chào chị.

E Đọc nhanh mẩu tin sau, lựa chọn khả năng đúng / sai

Tại Mainz (Đức), một người đàn ông đã bị phạt 1.500 Euro vì cảnh sát nghi anh ta lái xe trong tình trạng say rượu. Ô tô của anh ta đã đâm vào một chiếc xe khác, làm cho chiếc xe này bị hỏng nặng. Rất may, không có ai bị chết. Tuy nhiên, cảnh sát cho biết, anh ta bị khiếm thị nên số tiền bị phạt không thực hiện được.

– *Đồng tiền Euro là đơn vị tiền tệ của các nước châu Á.*

– *Người lái xe vừa say rượu vừa bị khiếm thị.*

– *Hai ô tô đâm nhau nhưng không sao cả.*

– *Cả hai lái xe đều bị chết.*

– *Người lái xe đã nộp 1.500 Euro cho cảnh sát.*

F Trả lời các câu hỏi sau

– So với năm ngoái, năm nay tiếng Việt của em thế nào?

– Em thấy thời tiết ở Seoul dạo này thế nào?

– Em thấy thanh niên Hàn Quốc càng ngày càng thế nào?

– So với trước đây, cuộc sống của người Hàn hiện nay như thế nào?

– Theo em, tương lai của tiếng Việt ở Hàn Quốc sẽ như thế nào?

Bản ghi nhớ

Bài 13

Ai cũng biết chị ấy
Không ai biết chị ấy cả

누구나 그녀를 안다.

아무도 그녀를 모른다.

Vietnamese Conversation 2

Hội thoại và bài đọc (회화)

A

Vân Trang: Ở Việt Nam, cậu đã ăn bún chả bao giờ chưa?

Nam-soon: Mình mới sang nên chưa. Nhưng ai cũng nói món đó rất đặc biệt.

Vân Trang: Con gái Việt Nam, không ai không thích bún chả … Chiều nay mình sẽ đưa cậu đi ăn. Bún chả không những ngon mà còn rẻ nữa.

Nam-soon: Thế, mấy giờ chúng ta đi?

Vân Trang: Khoảng 5 rưỡi hoặc 6 giờ gì đó. Trước khi đi mình sẽ gọi điện cho cậu. Bây giờ mình có chút việc phải đi. Chào cậu!

Nam-soon: Trước khi đến nhớ gọi điện cho mình! Gặp lại sau nhé!

B

Nem hay chả giò

Nem là một món ăn đặc trưng cho văn hóa ẩm thực Việt Nam. Người Việt Nam ai cũng biết nem và đa số phụ nữ Việt Nam đều biết làm nem. "Nem" hay "chả giò" đều là một. "Nem" là tên gọi theo phương ngữ Bắc còn "chả giò" là tên gọi theo phương ngữ Nam. Ở một số vùng miền Trung "nem" hay "chả giò" còn được gọi là "ram".

Nem được chế biến bằng cách dùng bánh tráng (bánh đa) cuốn thịt lợn xay nhỏ, miến, giá, nấm hương, trứng, mộc nhĩ vào trong và rán. Ngoài ra, còn có một số gia vị khác. Hiện nay, một số nhà hàng dùng cua bể thay cho thịt lợn nên có tên gọi là "nem cua bể". Khi ăn nem, người Việt Nam thường ăn với rau xà lách tươi cùng với bún.

Người Pháp cũng rất thích nem. Từ những năm 1980, nem đã được bán trong các siêu thị của Pháp. Đặc biệt là, trong từ điển Larousse, một cuốn từ điển nổi tiếng của Pháp, xuất bản năm 1991 đã có từ "nem". Như vậy, "nem", từ chỉ một món ăn của người Việt Nam, đã được nhập vào ngôn ngữ Pháp.

Từ ngữ (단어)

bún chả	음식이름(국수류)	ai cũng	누구나
gì cũng	무엇이든	ở đâu cũng	어디에나
có chút việc	일이 좀 있다	nem, chả giò	음식이름
món ăn	음식	đặc trưng (特徵)	특징
phương ngữ (方語)	방언	ẩm thực (飮食)	음식
bánh tráng (bánh đa)	쌈 말이	cuốn	말다
bên trong	내부	thịt lợn	돼지고기
xay	다지다	rán	튀기다
miến (麵)	면 (잡채류)	giá (價)	1.가격 2.콩나물
nấm hương (香)	향버섯	mộc nhĩ (木耳)	목이버섯
gia vị (加味)	조미료	cua bể	바닷게 (민물게 : cua đồng)
xà lách	샐러드	bún	국수
ngoài ra	그 외에	trứng	알
từ điển (辭典)	사전	nổi tiếng	유명한
xuất bản (出版)	출판	nhập vào (入)	수입하다

Chú giải ngữ pháp (문법)

A "**Ai cũng**", "**người nào cũng**" là những kết cấu nhấn mạnh ý nghĩa tuyệt đối (hay khẳng định hoàn toàn), có nghĩa là "tất cả", không có ngoại lệ. Trái nghĩa với kết cấu này là: "**không ai … cả**", "**không người nào … cả**" – phủ định tuyệt đối hay phủ định hoàn toàn.:

"**Ai cũng**", "**người nào cũng**"은 예외가 없이 모두를 포함하는 긍정적·절대적 강조 표현이다. 의미는 "모두가 …하다"이다. 부정적 강조 표현은 "**không ai …cả**", "**không người nào … cả**" 형태이다.

Ví dụ

– ***Người nào cũng*** *thích giàu có.*

– ***Ai cũng*** *muốn sống yên ổn và hạnh phúc.*

– *Ở đây* ***không ai*** *biết ông ấy cả.*

– ***Không người nào*** *thích chiến tranh cả.*

Chú ý: *ai cũng = người nào cũng*

gì cũng = cái gì cũng

chỗ nào cũng = nơi nào cũng = ở đâu cũng

khi nào cũng = lúc nào cũng = bao giờ cũng

B "**Khi … thì …**" là kết cấu biểu thị ý nghĩa "vào thời điểm nào đó hay trong một tình huống nào đó, một cái gì đó đã diễn ra". Sau "**khi**" thường là tiểu cú, một động từ/ngữ động từ hoặc tính từ/ngữ tính từ. Có thể thay "**khi**" bằng từ đồng nghĩa "**lúc**".:

"**Khi … thì …**"는 어느 시점 혹은 어떤 상황에서 그 무엇이 발생했음을 나타내는 표현이다. "**khi**" 다음에 동사, 구, 형동사 등이 올 수 있다. "**khi**" 대신에 "**lúc**"을 쓸 수 있다.

Ví dụ

– ***Khi*** *anh ấy đến* ***thì*** *chúng tôi đã đi rồi.*

– ***Khi*** *buồn* ***thì*** *người ta thường tìm đến quán rượu.*

– ***Khi*** *yêu* ***thì*** *ai cũng thấy tràn trề hạnh phúc.*

C "**Sự, việc, cuộc, nỗi, niềm, ...**" là những danh từ thường dùng với động từ, tính từ để cấu tạo ngữ danh từ. "**Sự, việc, cuộc**" thường đi với động từ, còn "**nỗi, niềm**" thường đi với tính từ. "**Cuộc**" hay kết hợp với các động từ chỉ những hoạt động có nhiều người tham gia: *cuộc thảo luận, cuộc gặp mặt, cuộc họp*, "**niềm**" hay kết hợp với các tính từ mang ý nghĩa tích cực: niềm tự hào, niềm vui, niềm sung sướng, niềm hạnh phúc, ... còn "**nỗi**" thường kết hợp với tính từ có ý nghĩa ngược lại: *nỗi buồn, nỗi đau, nỗi khổ, nỗi bất hạnh, ...:*

"**Sự, việc, cuộc, nỗi, niềm, ...**"는 동사나 형용사를 명사로 만드는 단어들이다. 이 중 "**sự, việc, cuộc**"은 동사를 명사로, "**nỗi, niềm**"은 형용사를 명사로 만든다. 그리고 "**cuộc**"은 많은 사람이 참가하는 의미의 동사를 명사로, "**niềm**"은 좋은 의미를 갖는 형용사를 명사로, "**nỗi**"는 좋지 않은 의미를 갖는 형용사를 명사로 만들 때 쓴다.

Ví dụ

- *Nhà văn Bảo Ninh đã viết tiểu thuyết "**Nỗi buồn** chiến tranh".*
- ***Cuộc họp** hôm nay sẽ hoãn sang 2 giờ chiều mai.*
- *Được đến trường và được học hành là **niềm vui** của trẻ em trên thế giới.*

Tham khảo những ví dụ khác:

làm việc → sự làm việc
học tập → sự học tập
ăn uống → việc ăn uống
đi lại → việc đi lại
thảo luận → cuộc thảo luận

Luyện tập (어음 연습)

A Dựa vào hội thoại trên, cho biết những nhận định sau đúng hay sai

- Nam-soon đã ăn bún chả và cho rằng món ăn này không có gì đặc biệt.
- Vân Trang đã hẹn đưa Nam-soon đi ăn bún chả lúc 5 hoặc 6 giờ chiều.
- Nem và chả giò là hai món ăn khác nhau
- Nem là món ăn rất ít người Việt Nam biết.
- Phần lớn phụ nữ Việt Nam đều không biết làm nem.
- "Nem" là tên gọi theo phương ngữ Bắc còn "chả giò" là tên gọi theo phương ngữ Nam.
- Bên trong nem có: thịt lợn, miến, giá, mộc nhĩ, nấm hương, trứng và một số loại gia vị khác.
- Từ "nem" đã được ghi trong từ điển Larousse của Pháp.
- Người Pháp không biết nem và không thích nem.

B Biến đổi câu theo mẫu

Mẫu: – Hàng năm, gia đình tôi đều đi du lịch Việt Nam.
→ Năm nào gia đình tôi cũng đi du lịch Việt Nam.

Tiếp tục với:
- Tất cả mọi đường phố ở Hàn Quốc đều nhiều ô tô.
- Vào mùa hè, ở Hà Nội tất cả các khách sạn đều đông người.
- Vào mùa đông, ở Hàn Quốc, tất cả cây cối đều rụng lá.
- Mọi người Hàn đều thích kim chi.
- Bà ấy nấu các món ăn đều ngon.
- Mọi người Việt Nam đều thích phở.

– Buổi tối, anh ấy luôn luôn học ở thư viện.
– Chị ấy luôn luôn có những câu hỏi thông minh.
– Điện thoại của cô ấy luôn luôn bận.

Mẫu: – Mọi người đều biết anh ấy.
→ Ai cũng biết anh ấy.

Tiếp tục với: – Tất cả sinh viên nam ở đây đều thích cô ấy.
– Ông ta luôn luôn nói về bản thân mình.
– Cô gái ấy thường xuyên cười.
– Tất cả các loại hoa quả nhiệt đới đều rất ngon.
– Hàng tháng, em đều gửi thư cho bố mẹ em ở quê.

C Đặt câu theo mẫu

Mẫu: vui – tôi hát
Hỏi: – Khi vui, anh thường làm gì?
Trả lời: – Khi vui thì tôi hát.

Tiếp tục với: chị Kim mới bắt đầu học tiếng Việt – nói được ít lắm
ông ấy thường đọc sách – khi buồn
anh ấy đến – chúng tôi đã đi được 20 phút rồi
chiến tranh xảy ra – thanh niên vào quân đội
già – sức khỏe càng ngày càng yếu đi

D Đọc lại bài hội thoại, trả lời các câu hỏi sau

– Vân Trang định rủ Nam soon đi ăn gì? Vì sao?
– Bún chả là món ăn như thế nào?
– Cả hai người định đi ăn bún chả vào lúc mấy giờ?
– Vì sao họ chưa đi ăn ngay?
– Theo em, Nem và Chả giò khác nhau hay giống nhau?
– Vì sao nói Nem là món ăn đặc trưng cho văn hóa ẩm thực Việt Nam?
– Vì sao nói Nem đã được nhập vào ngôn ngữ Pháp?
– Em đã từng ăn Nem bao giờ chưa? Và em thấy thế nào?
– Ở Hàn Quốc món ăn nào đặc trưng cho văn hóa ẩm thực Hàn Quốc?

E Trả lời các câu hỏi sau (dựa vào thông tin cho ở bên phải)

– Khi trời mưa thì người ta cần sử dụng những đồ vật gì?
– Khi trời lạnh thì người ta thường dùng những đồ vật gì?
– Khi ngoài trời có nhiều tuyết thì người ta cần những thứ gì?
– Khi trời nắng thì mọi người thường dùng những thứ gì?

– quạt máy, tủ lạnh, máy lạnh ...
– lò sưởi, áo bơi, áo len, áo ấm, áo rét, găng tay ...
– áo mưa, ô, dù, mũ, khăn len, khăn quàng cổ, áo cộc tay ...

F Điền từ ngữ thích hợp vào chỗ trống

– ______ chúng em ăn cơm thì họ đi thư viện học bài.

– Các con ngoan, học giỏi là ______ vui lớn của những người làm bố, làm mẹ.

– Chị ấy là một ca sĩ nổi tiếng, ______ biết chị ấy.

– ______ chúng tôi đến thì anh ấy vừa ngủ dậy.

– Trong chiến tranh ______ hạnh phúc thì ít mà ______ đau khổ thì nhiều.

– Ở Hàn Quốc, thanh niên ______ phải tham gia nghĩa vụ quân sự.

– Hiện nay, nhân dân Việt Nam đang tiến hành ______ đổi mới.

– Sinh viên khoa tiếng Việt ______ muốn sang Việt Nam để thực tập.

– ______ họp đã kéo dài 4 tiếng rồi mà vẫn chưa kết thúc.

G Xếp các câu sau đây thành hội thoại

a. Một vài lần rồi. Ngon lắm!

b. Anh Lee, anh đã bao giờ ăn nem Việt Nam chưa?

c. Không, chưa biết.

d. Thế, anh có biết làm nem Việt Nam không?

e. Rất muốn. Chị có thể hướng dẫn cho tôi được không?

f. Anh có muốn biết cách làm nem Việt Nam không?

h. Hôm nào rỗi, tôi sẽ hướng dẫn cho anh.

i. Xin cám ơn chị trước.

Bài 14

Người mà tôi đã gặp hôm qua là một ca sĩ nổi tiếng của Hàn Quốc

내가 어제 만난 사람은 한국의 유명한 가수이다.

Vietnamese Conversation 2

Hội thoại và bài đọc (회화)

A

Park: Xin lỗi, tôi muốn hỏi đường đến khách sạn Hà Nội – Daewoo?

Hùng: Anh đi thẳng, đến ngã tư thì rẽ trái. Sau đó, đi khoảng 100 mét, khách sạn Hà Nội – Daewoo ở bên phải.

Park: Từ đây đến đó có xa không anh?

Hùng: Không xa lắm, khoảng 1 km.

Park: Khách sạn Hà Nội – Daewoo nằm ở phố nào, hở anh?

Hùng: Đó là phố Kim Mã.

Park: Số bao nhiêu phố Kim Mã, hả anh?

Hùng : Tôi không nhớ chính xác, hình như là số 360, hoặc 362 phố Kim Mã. Nhưng anh đừng lo, khách sạn này là một trong những khách sạn cao, rộng và đẹp nhất Hà Nội.

Park : Xin cám ơn anh!

Hùng: Không có gì, chào anh!

B

Dân số Hàn Quốc

Vào cuối năm 2000, dân số của Hàn Quốc vào khoảng 47.275.000 người, bình quân 476 người trên 1km vuông. Vào những năm 60, mức tăng dân số của Hàn Quốc khoảng 3%. Hai thập kỷ tiếp theo (những năm 70, 80) đã giảm xuống còn 2%. Ngày nay, tỉ lệ tăng dân số ở mức 0,89% và hy vọng sẽ giảm xuống còn 0% vào năm 2028.

Một vấn đề đáng chú ý đối với dân số Hàn Quốc là tỷ lệ người già tăng lên từng năm. Số lượng thống kê cho thấy: năm 1999 có 7,0% dân số trên 65 tuổi và năm 2000 đã tăng lên 7,1%. Trung bình mỗi năm tăng 1%.

Thế hệ trẻ Hàn Quốc có xu hướng kết hôn muộn, tỷ lệ sinh đẻ thấp trong khi tuổi thọ trung bình khá cao. Dân số trẻ (dưới 15 tuổi) đang giảm mạnh trong tổng số dân. Dự tính đến 2030, dân số cao tuổi (trên 65) sẽ chiếm 19,3%.

Trong những năm 1960 và 1970, quá trình công nghiệp hóa và đô thị hóa phát triển mạnh kéo theo sự di chuyển của những người dân từ nông thôn tới thành phố. Vấn đề này đã làm cho mật độ dân số tại các thành phố lớn của Hàn Quốc dày đặc. Tuy nhiên, trong những năm gần đây, số dân di chuyển ra các vùng ngoại ô của Seoul đang dần dần tăng lên.

Từ ngữ (단어)

đi thẳng	똑바로 가다	ngã tư	사거리
rẽ	회전하다. 커브를 돌다	trái, bên trái	왼쪽
phải, bên phải	오른쪽	chính xác (正確)	정확
hình như	마치 …처럼	hỏi đường	길을 묻다
lo, lo lắng	걱정하다, 염려하다	một trong những	…중의 하나
dân số (民數)	인구수	bình quân (平均)	평균
mức, mức độ	밀도	tăng (增)	증가하다
giảm (減)	감소하다	thập kỷ (十紀)	십년 단위
tỷ lệ (比例)	비율, 비례	đáng chú ý	주의할 가치가 있다
số lượng (數量)	수량	thống kê (統計)	통계
thế hệ (世系)	세대	xu hướng(趨向)	취향, 경향
sinh đẻ	낳다	tuổi thọ	나이
tổng số (總數)	총계, 총수	dự tính (豫併)	예정
chiếm(占)	점하다, 점령하다	công nghiệp hóa (工業化)	공업화
đô thị hóa (都市化)	도시화	kéo theo	잡아 끌다
dẫn tới	…까지 끌고가다(이끌다)	di chuyển (移轉)	이전
mật độ (密度)	밀도	ngoại ô	외곽
dần dần	점점		

Chú giải ngữ pháp (문법)

A "**Mà**" là liên từ nối một danh từ/ngữ danh từ cần giải thích với tiểu cú đứng ngay ở sau, dùng để giải thích cho nó. Từ "**mà**" có thể được tỉnh lược mà ý nghĩa của câu không thay đổi.:

"**Mà**"는 접속사로 영어의 관계대명사 역할을 한다. 생략할지라도 문장의 의미는 변하지 않는다.

Ví dụ
*– Nơi **mà** em sinh ra là một thành phố ở phía Nam Hàn Quốc.*
*– Ngoại ngữ **mà** chúng em đang học bây giờ là tiếng Việt.*

B "**Cả … lẫn … (đều)**", "**cả … và … (đều)**" là những cặp liên từ nối các yếu tố, thành phần có cùng một chức năng trong câu, có nghĩa gần giống như "**và**", nhưng mang sắc thái nhấn mạnh hơn. "**Cả … lẫn …**" mang sắc thái nghĩa mạnh hơn "**cả … và …**":

"**Cả … lẫn** … (**đều**)", "**cả** … **và** … (**đều**)"는 전자와 후자 모두를 포함한다는 의미를 나타낼 때 쓰는 접속사이다. "**và**"와 같은 이지만 보다 강한 의미를 갖는다. "**cả** … **lẫn** …"이 "**cả** … **và** …"보다 더 강한 의미를 갖는다.

Ví dụ
*– Từ đây đến Bu-san, **cả** đi **lẫn** về mất khoảng 6 tiếng bằng tàu cao tốc.*
*– **Cả** anh ấy **lẫn** chị ấy đều sinh ra ở Seoul.*

C Các từ "**được**", "**nổi**", "**xuể**" được dùng sau động từ. "**Được**", "**nổi**" biểu thị ý nghĩa "khả năng có thể làm một điều gì đó không dễ hoặc khó khăn" ("**nổi**" biểu thị mức độ khó cao hơn "**được**"), "**xuể**" biểu thị ý nghĩa "khả năng có thể làm nhiều việc trong một khoảng thời gian". "**Nổi**", "**xuể**" thường được dùng trong câu nghi vấn và phủ định hơn trong câu khẳng định.:

"**được**", "**nổi**", "**xuể**"는 동사 뒤에 쓰인다. "**được**", "**nổi**"는 쉽지 않게 혹은 어렵게 그 무엇을 할 수 있다는 가능을 표현한다. 이 중 "**nổi**"는 "**được**" 보다 더 어려운 정도를 표현한다. "**xuể**"는 일정한 시간에 많은 일을 할 수 있는 가능을 표현한다. "**Nổi**", "**xuể**"는 일반적으로 긍정문보다는 의문문과 부정분에서 쓰인다.

Ví dụ
- *Tôi tin rằng, anh ấy sẽ giúp **được** chị.*
- *Bài tập này khó quá, em không làm **nổi**.*
- *Công việc dạo này nhiều quá, không làm **xuể**.*

D Cách đọc các số thập phân, phần trăm (%) và một số đơn vị thường dùng.: 백분율과 상용 단위 읽는 방법.

Ví dụ
- *1% → một phần trăm; 10% → mười phần trăm; 100% → một trăm phần trăm*
- *0,3 % → không phẩy ba phần trăm; 7,1% → bảy phẩy một phần trăm*
- *50% → năm mươi phần trăm = một nửa = ½ (một phần hai)*
- *25% → hai mươi lăm phần trăm = một phần tư = ¼ (một phần tư)*
- *m → **mét**; m^2 → **mét vuông**; m^3 → **mét khối***
- ***lạng** = 100gr, **cân** (kg) = 10 lạng = 1.000gr, **yến** = 10kg , **tạ** = 100kg, **tấn** = 10 tạ = 1.000kg*

Luyện tập (어음 연습)

A Dựa vào hội thoại trên, cho biết những nhận định sau đây đúng hay sai

– Anh Park không biết đường đến khách sạn Hà Nội – Daewoo.

– Anh Hùng đã chỉ đường đến khách sạn Hà Nội – Daewoo cho anh Park.

– Khách sạn Hà Nội – Daewoo không phải ở phố Kim Mã.

– Khách sạn này là một trong những khách sạn cao, rộng và đẹp ở Hà Nội.

– Vào cuối năm 2000, dân số của Hàn Quốc khoảng trên 47 triệu người.

– Vào những năm 60, mức tăng dân số của Hàn Quốc khoảng 2%.

– Ngày nay, tỉ lệ tăng dân số ở mức 3%.

– Thế hệ trẻ Hàn Quốc có xu hướng kết hôn sớm, tỷ lệ sinh đẻ lại cao.

– Dân số trẻ (dưới 15 tuổi) đang tăng mạnh hàng năm.

– Tỷ lệ người già tăng lên từng năm, trung bình 3%/năm.

– Hiện nay, số dân di chuyển ra vùng ngoại ô Seoul càng ngày càng giảm đi.

B Đặt câu theo mẫu

Mẫu: người – nhà văn

– Người mà tôi gặp hôm qua là nhà văn.

Tiếp tục với: nơi – Seoul

trường – Trường Đại học Ngoại ngữ Hàn Quốc

cô gái – bạn thân của em

món ăn – kim chi

môn thể thao – bóng đá

môn học – ngoại ngữ

Mẫu: anh ấy – tôi – đến lớp muộn

– Hôm nay, cả anh ấy lẫn tôi đều đến lớp muộn.

Tiếp tục với: anh tôi – thích – thể thao – âm nhạc

chúng tôi – biết – tiếng Việt – tiếng Anh

tôi – bạn tôi – sống ở Seoul một mình

anh ấy – chị ấy – đã học tiếng Việt ở Hà Nội

họ – đi du lịch – Seoul – Bu-san

chúng tôi – học – sáng – chiều

Mẫu: bài tập khó – làm bài tập này

Hỏi: – Bài tập này khó. Em có làm được (nổi) bài tập này không?

Trả lời: – Dạ có. Em làm được bài tập này ạ.

– Dạ có. Em có thể làm được bài tập này.

– Dạ không. Em không (không thể) làm được (nổi) bài tập này ạ.

Tiếp tục với: mưa, gió to thế này – đi về nhà

thời tiết nóng và ẩm – chịu

trời lạnh và đầy tuyết – lái xe

ông ấy nói nhanh – dịch

ngọn núi cao – leo

Mẫu: bài tập nhiều – làm

Hỏi: – Bài tập nhiều như thế này, em có làm xuể (hết) không?

Trả lời: – Dạ không sao. Em sẽ làm hết ạ.

– Dạ không thể. Em không thể làm xuể (hết). / Em làm không xuể.

Tiếp tục với: công việc nhiều – giải quyết
phòng học đông người – đếm
chị ấy có nhiều bạn – nhớ
đường phố ở Seoul nhiều – nhớ
tôi nhận nhiều thư – đọc

C Đọc lại bài hội thoại và trả lời các câu hỏi sau

– Anh Park đã muốn đến đâu? Vì sao anh ấy phải hỏi đường?
– Khách sạn Hà Nội – Daewoo ở phố nào? Số bao nhiêu?
– Vì sao anh Hùng bảo với anh Park là không nên lo lắng quá?
– Người Hàn Quốc có hay hỏi đường không? Vì sao?
– Những năm 60, và hiện nay mức tăng dân số của Hàn Quốc bao nhiêu %?
– Vấn đề đáng chú ý đối với dân số Hàn Quốc là gì?
– Vì sao những năm 60 và 70, người nông thôn ồ ạt lên thành phố?
– Theo em, dân số tập trung ở Seoul gây nên những vấn đề gì?

D Hãy cho biết câu nào đúng

① Cả anh ấy lẫn tôi đều là sinh viên năm thứ tư.
② Cả anh ấy và tôi đều là sinh viên năm thứ tư.
③ Cả anh ấy và tôi là sinh viên năm thứ tư.
④ Anh ấy và tôi đều là sinh viên năm thứ tư.

① Bài tập này khó quá, tôi không làm được.

② Bài tập này quá khó, tôi làm không được.

③ Bài tập này khó quá, tôi không làm nổi.

④ Bài tập này khó quá, tôi làm không nổi.

① Mọi thanh niên Hàn Quốc đều biết ca sĩ nổi tiếng ấy.

② Tất cả mọi thanh niên Hàn Quốc đều biết ca sĩ nổi tiếng ấy.

③ Thanh niên Hàn Quốc, ai cũng biết ca sĩ nổi tiếng ấy.

④ Thanh niên Hàn Quốc, người nào cũng biết ca sĩ nổi tiếng ấy.

① Ở đây không ai không thích tiếng Việt cả.

② Ở đây không ai thích tiếng Việt cả.

③ Ở đây ai cũng thích tiếng Việt cả.

④ Ở đây, sinh viên nào cũng không thích tiếng Việt.

E Điền từ ngữ thích hợp vào chỗ trống

– ______ anh ấy ______ tôi đều là sinh viên đang học ở đây.

– Trong lớp học này đông sinh viên quá, tôi ______ nhớ ______.

– Sắp tới gia đình tôi có ý định đi Việt Nam để du lịch ______ Hà Nội ______ Huế.

– Nơi ______ tôi sinh ra là thành phố Bu-san.

– Vấn đề này phức tạp quá, ở tuổi của em, em ______ hiểu ______.

– Ở trường đại học này, chúng em phải học ______ tiếng Việt ______ tiếng Anh.

– Nơi ______ kì nghỉ đông này chúng em sẽ sang học là thành phố Hà Nội.

– Đó là một cô gái rất khó làm quen. Tôi đã thử mấy lần rồi mà làm quen ______.

– Khi ở Thành phố Hồ Chí Minh em rất thích ăn một món ______ người Việt gọi là "chả giò".

Bản ghi nhớ

Bài 15

Vào Nam ra Bắc
Lên núi xuống biển

남·북을 가다
산·바다를 가다.

Vietnamese Conversation 2

Hội thoại và bài đọc (회화)

A

Dũng: Tôi nghe nói, người Hàn Quốc rất thích đi du lịch, đúng không anh?

Lee: Đúng thế. Nhất là vào những ngày nghỉ cuối tuần hoặc nghỉ phép.

Dũng: Người Hàn Quốc thường đi các tua trong nước hay nước ngoài?

Lee: Cả hai. Cả tua trong nước lẫn nước ngoài.

Dũng: Thế còn sinh viên?

Lee: Hiện nay, sinh viên là đối tượng đi du lịch nước ngoài nhiều nhất.

Dũng: Anh có thể giải thích rõ hơn được không ạ?

Lee: À, nghĩa là vào các kỳ nghỉ đông và nghỉ hè, sinh viên thường ra nước ngoài vừa du lịch vừa kết hợp học tập.

Dũng: Các sinh viên tiếng Việt thường đi đâu, hở anh?

Lee: Một số sang Hà Nội, một số đến Thành phố Hồ Chí Minh.

Dũng: Thế, anh đã sang Việt Nam mấy lần rồi?

Lee: Đây là lần thứ hai tôi đến Việt Nam. Và nếu có điều kiện tôi còn sang đây nhiều lần nữa.

B

Một số ngày hội truyền thống Hàn Quốc

Năm mới (*Seol*) là ngày đầu tiên của một năm theo âm lịch. Đây là dịp để mọi thành viên trong gia đình của người Hàn gặp mặt và đoàn tụ. Vào năm mới, người Hàn thường mặc áo truyền thống *hanbok* hoặc chọn mặc những bộ quần áo đẹp nhất. Sau đó, cả nhà tiến hành lễ cúng tổ tiên. Sau lễ cúng, những người ít tuổi trong gia đình sẽ cúi lạy những người lớn tuổi trong gia đình. Thường thường, trong lễ năm mới, người Hàn được nghỉ 3 ngày: một ngày trước và một ngày sau.

Rằm Trung thu (*Chuseok*) được tổ chức vào ngày 15 tháng Tám âm lịch hàng năm. Có lẽ đây là ngày lễ được người Hàn Quốc tham gia đông đủ nhất. Ô tô xếp hàng dài trên các đường cao tốc. Tất cả các cơ quan, cửa hàng, trường học đều đóng cửa trong ba ngày. Các thành viên trong gia đình đoàn tụ, bày tỏ lòng tôn kính đối với tổ tiên và đi thăm mộ gia đình.Người thành phố thường trở về quê hương để tham dự lễ *Chuseok*. Những người trở về quê trong dịp lễ này thường phải đặt vé tàu hoả hay máy bay trước đó vài tháng. Các gia đình thường tổ chức nghi lễ tại nhà hoặc ở khu nghĩa trang gia đình. Họ cùng ngắm trăng tròn và cầu mong những điều tốt đẹp.

Từ ngữ (단어)

nghỉ phép	휴가를 얻다	tua (du lịch)	관광, 여행
đối tượng (對象)	대상	giải thích (解釋)	해석하다, 설명하다
rõ, rõ ràng	분명한	kỳ nghỉ	휴가기간
kết hợp (結合)	결합하다	điều kiện (條件)	조건
âm lịch (陰曆)	음력	thành viên (成員)	구성원
đoàn tụ (團聚)	결합하다, 만나다	tiến hành (進行)	진행
lễ cúng	제사	tổ tiên (祖先)	선조
cúi lạy	절하다	tham gia (參加)	참가하다
xếp hàng	줄을 서다	đường cao tốc	고속도로
đóng cửa	문을 닫다	bày tỏ	표명하다, 말하다
lòng tôn kính	존경하는 마음	cầu mong	기원하다
mộ (墓·募), mồ mả= mồ (墓)	묘	đặt, đặt trước	예약하다
nghi lễ (儀禮)	의례	khu, khu vực (區域)	구역
ngắm	보다	nghĩa trang (義莊), nghĩa địa (義地)	묘지

Chú giải ngữ pháp (문법)

A "**Coi, gọi, cử, bầu**" là nhóm động từ luôn đòi hỏi bổ ngữ là một tiểu cú.:

"**Coi, gọi, cử, bầu**"는 보어(구, 절, 문장)를 필요로 하는 동사이다.

Ví dụ
- *Tôi **coi** chị ấy như chị gái của tôi.*
- *Giám đốc **cử** ông ấy đi công tác.*
- *Chúng em **bầu** anh Lee làm trợ lí khoa.*

B "**Ra, vào, lên, xuống, sang, qua, về, lại, đến**" là những từ chỉ hướng kết hợp với các động từ vận động (moving verbs): "**Ra**" vận động từ chỗ hẹp tới chỗ rộng, còn "**vào**" mang ý nghĩa ngược lại. "**Lên**" vận động từ chỗ thấp tới chỗ cao, còn "**xuống**" mang ý nghĩa ngược lại ...:

"**Ra, vào, lên, xuống, sang, qua, về, lại, đến**"는 운동성을 갖는 동사와 결합하여 쓰는 단어들이다. 이 중 "**ra**"는 좁은 곳에서 넓은 곳으로, "**vào**"는 "**ra**"와 반대로, "**lên**"은 낮은 곳에서 높은 곳으로, "**xuống**"은 "**lên**"과 반대로 이동할 때 각각 쓴다.

Ví dụ
- *Ngày mai, chúng tôi sẽ đi **lên** Sa Pa để du lịch.*
- *Các sinh viên đang đi **ra** sân vận động để xem bóng đá.*

Trong nhiều trường hợp, các từ chỉ hướng này được dùng như là những động từ thực thụ, nghĩa là biểu thị cả hành động lẫn hướng. Khi sử dụng những động từ vận động, cần chú ý đến những lối nói quen thuộc của người Việt: theo hướng từ Bắc → Nam, sử dụng "**vào**", ngược lại "**ra**", còn từ Đông → Tây, sử dụng "**lên**" và ngược lại "**xuống**":

많은 경우, 이들 단어는 행동이나 방향을 나타내는 동사로도 쓰인다. 운동 동사로 쓸 때 베트남인들은 습관적으로 북에서 남으로 이동할 때는 "**vào**"를, 남에서 북으로 이동할 때는 "**ra**"를 쓴다. 그리고 동에서 서로, 서에서 동으로 이동할 때는 "**lên**"과 "**xuống**"을 각각 쓴다.

Ví dụ
- *Bao giờ, anh* ***vào*** *Thành phố Hồ Chí Minh?*
- *Mấy giờ, chị sẽ lên tàu* ***ra*** *Hà Nội?*
- *Chiều nay, chúng tôi sẽ* ***xuống*** *Hải Phòng và vịnh Hạ Long.*

Luyện tập (어음 연습)

A Dựa vào nội dung của hội thoại và bài đọc trên, cho biết trong những nhận định sau nhận định nào đúng, nhận định nào sai

– Người Hàn Quốc không thích đi du lịch.

– Nếu đi du lịch thì người Hàn Quốc chỉ thích đi du lịch nước ngoài thôi.

– Vào các kỳ nghỉ hè, nghỉ đông, sinh viên sang Việt Nam chỉ để du lịch thôi.

– Đây là lần đầu tiên Lee đến Việt Nam.

– Năm mới (*Seol*) là ngày cuối cùng của 1 năm theo âm lịch.

– Lễ *Chuseok* được tổ chức vào ngày 15 tháng Tám dương lịch hàng năm.

– Cả hai ngày lễ trên đều là dịp đoàn tụ của các thành viên trong gia đình.

– Cả hai ngày lễ trên, người Hàn đều phải về quê để tham gia lễ hội.

– Trong thời gian lễ Seol và *Chuseok*, người Hàn được nghỉ 3 ngày.

– Trong hai lễ truyền thống trên, em thích lễ hội nào hơn? Vì sao?

B Đặt câu và luyện tập hỏi đáp theo mẫu

Mẫu: sinh viên – anh ấy – làm đại diện sinh viên

Hỏi: – Các sinh viên đã bầu ai làm đại diện sinh viên?

Trả lời: – Các sinh viên đã bầu anh ấy làm đại diện sinh viên.

Tiếp tục với: nhân dân Hàn Quốc – ông Park – tổng thống
quốc hội – ông Kim – chủ tịch
chúng tôi – anh Lee – lớp trưởng

Mẫu: chính phủ – ông Lee – Đại sứ Hàn Quốc tại Việt Nam

– Chính phủ đã cử ai làm Đại sứ Hàn Quốc tại Việt Nam?

– Chính phủ đã cử ông Lee làm đại sứ Hàn Quốc tại Việt Nam.

Tiếp tục với: Chủ tịch LG – ông Kim – giám đốc LG tại Việt Nam

ngân hàng Woori – chị Lee – đại diện ở Thành phố Hồ Chí Minh

Giám đốc công ty Samsung – anh Park – sang làm việc ở Hà Nội

trường đại học – các sinh viên học giỏi – sang Hàn Quốc thực tập

Mẫu: tôi – anh ấy – anh trai tôi.

– Tôi coi anh ấy như (là) anh trai tôi.

Tiếp tục với: chị ấy – Hàn Quốc – quê hương thứ hai của mình

chúng tôi – việc học tập – việc quan trọng nhất

thanh niên Hàn Quốc – tham gia quân đội – nghĩa vụ

chính phủ Việt Nam – hợp tác với Hàn Quốc – chính sách chiến lược

chúng tôi – chuyện này – một kỉ niệm đẹp

Mẫu: tôi – ông ấy – bố nuôi

– Tôi gọi ông ấy là bố nuôi.

Tiếp tục với: tôi – ông ấy – bố dượng

anh Lee – bà Kim – mẹ

người ta – hoa hồng – biểu tượng của tình yêu

mọi người – ông ấy – anh hùng

Mẫu: đi – ga – mua vé tàu

– Chiều qua, chúng em đi ra ga để mua vé tàu.

Đi **Bay** **Chạy** **Nhảy** **Bò,...**	ra vào lên xuống sang qua về lại đến tới quanh

Tiếp tục với: đi – trường – học tiếng Việt
đi – thư viện – đọc sách
đi – phố – mua sắm
đi – tầng 4 – gặp giáo sư
chạy – sân vận động – đá bóng

Mẫu: nhà ăn – ăn cơm
– Hàng ngày, chúng em vào nhà ăn để ăn cơm.

Tiếp tục với: lớp – học bài
xuống tàu điện ngầm – về nhà
Việt Nam – thực tập tiếng Việt
núi – tập thể dục
Hà Nội – gặp các bạn

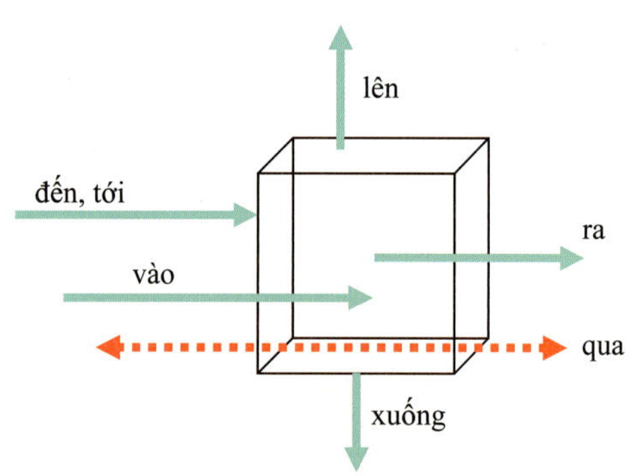

C Đọc lại hội thoại, bài đọc rồi trả lời các câu hỏi sau

– Người Hàn Quốc có thích đi du lịch không?

– Sinh viên tiếng Việt ở đây thường sang Việt Nam với những mục đích gì?

– Đây là lần thứ mấy anh Lee sang Việt Nam?

– Hàng năm, gia đình em thường đi du lịch ở những đâu?

– Lễ hội năm mới và *Chuseok* ở Hàn Quốc thường diễn ra trong mấy ngày?

– Người Hàn Quốc thường tổ chức lễ *Chuseok* ở đâu?

– Trong lễ hội Năm mới, người ta thường làm những gì?

– Hãy cho biết phong tục của người Hàn trong lễ hội *Chuseok*?

– Khi tham gia các lễ hội truyền thống trên, em thường cầu xin những điều gì?

D Quan sát các bức tranh sau rồi đặt câu với động từ chỉ hướng

tàu hỏa

phòng ăn

phòng ở

trường đại học

công viên

nhà hát

phố trường đại học

E Đọc và điền các từ thích hợp vào các chỗ trống

– Hàng ngày, chúng em thường ______ trường lúc 9 giờ kém 10 (phút).

– Bố em thường ______ nhà lúc 5 giờ chiều.

– Chiều thứ bảy, cả gia đình em ______ núi tập thể dục

– Ở đây, bạn nên đợi đèn xanh khi ______ đường.

– Các sinh viên nam vừa ______ sân vận động để chơi thể thao.

– Các sinh viên thường ______ lớp trước khi giáo sư đến.

– Các giáo sư đồng ý ______ anh Park làm trợ lý khoa.

– Anh Lee đã được chúng em ______ làm đại diện sinh viên.

– Ở Hàn Quốc, người vợ thường ______ chồng của mình là "*oppa*".

– Một số người Việt Nam đã ______ Hàn Quốc là quê hương thứ hai của mình.

F Cho biết trong những câu sau, câu nào đúng câu nào sai

① Anh ấy coi ông ấy như bố đẻ của mình.
② Ông ấy được anh ấy coi như là bố đẻ.
③ Anh ấy và ông ấy coi nhau như bố đẻ của mình.
④ Ông ấy và anh ấy coi nhau như bố và con.

① Chị có thể giúp chúng tôi việc này được không?
② Chị có thể giúp việc này chúng tôi được không?
③ Chị có thể giúp việc này cho chúng tôi được không?
④ Chị giúp chúng tôi việc này được không?

① Các nhân viên đề nghị giám đốc công ty tăng lương.
② Các nhân viên yêu cầu giám đốc công ty tăng lương.
③ Các nhân viên bảo giám đốc công ty tăng lương.
④ Các nhân viên ra lệnh giám đốc công ty tăng lương.

① Ngày mai, họ phải đi ra Hà Nội để dự một hội nghị quốc tế.
② Ngày mai, họ phải bay ra Hà Nội để dự một hội nghị quốc tế.
③ Ngày mai, họ phải ra Hà Nội để dự một hội nghị quốc tế.
④ Ngày mai, họ phải bay Hà Nội để dự một hội nghị quốc tế.

Bài 16

ÔN TẬP 4

복습 4

Vietnamese Conversation 2

Hội thoại và bài đọc (회화)

A

Vân Trang: Trước khi sang Hàn Quốc, tôi nghe nói kim chi là món ăn đặc trưng của dân tộc Hàn. Đúng vậy không chị?

Hee-kyung: Đúng thế. Kim chi là một món ăn truyền thống của người Hàn.

Vân Trang: Khi vào các quán ăn, tôi thấy người ta đưa ra rất nhiều loại kim chi. Thế thì, có bao nhiêu loại kim chi tất cả?

Hee-kyung: Tôi cũng không biết chính xác, nghe đâu khoảng 50 loại tất cả.

Vân Trang: Chị có thích kim chi không?

Hee-kyung: Thích lắm! Ăn cơm không có kim chi, tôi cảm thấy không ngon. Thế còn chị, đã thử ăn kim chi bao giờ chưa?

Vân Trang: Rồi, một vài lần rồi. Nhưng nói thật là cay quá!

Trả lời các câu hỏi:

– Đối với người Hàn, kim chi là món ăn như thế nào?

– Theo chị Hee-kyung, ở Hàn Quốc có bao nhiêu loại kim chi?

– Chị Hee-kyung thích kim chi đến mức nào?

– Vân Trang có thích kim chi không? Vì sao?

Một số món ăn truyền thống Hàn Quốc

Bữa cơm hàng ngày của người Hàn Quốc luôn luôn có kim chi. *Kim chi* là một món ăn được làm bằng nhiều loại rau muối như: cải bắp, củ cải, hành xanh và dưa chuột .v.v... Một số loại *kim chi* thường có màu đỏ của ớt. Và tỏi là loại gia vị không thể thiếu khi làm *kim chi.*

Vào cuối tháng 11 hoặc đầu tháng 12, gia đình người Hàn Quốc thường tập trung vào *gimjang*, nghĩa là chuẩn bị làm *kim chi* để phục vụ cho cả mùa Đông dài. Cách đây vài thập kỉ, kim chi được để trong những vại to chôn dưới đất. Còn ngày nay, người Hàn Quốc đã sản xuất những chiếc tủ lạnh để bảo quản *kim chi.* Cuộc sống càng ngày càng thay đổi. Bây giờ ở Hàn Quốc có nhiều nhà máy chế biến *kim chi*, vì thế, các gia đình thích mua *kim chi* làm sẵn ở chợ hay siêu thị hơn.

Ngoài *kim chi*, *doenjang* (món tương đỗ) cũng là một món ăn truyền thống của người Hàn Quốc. Người ta thường cho rằng, *doenjang* chống được bệnh ung thư. Trước đây, người Hàn Quốc thường làm *doenjang* ở nhà. Họ luộc chín hạt đậu nành rồi phơi khô trong bóng râm, ngâm trong nước muối và để lên men dưới ánh nắng mặt trời. Tuy nhiên, ngày nay cũng rất ít gia đình làm *doenjang* tại nhà. Phần lớn các gia đình đều mua *doenjang* do nhà máy chế biến.

Trong nhiều món thịt thì món *bulgogi* (thường làm bằng thịt bò) và *galbi* (sườn bò hoặc lợn) tẩm gia vị được người Hàn Quốc và khách nước ngoài rất ưa thích.

Từ ngữ (단어)

bữa cơm	식사	rau muối	소금에 절인 야채
cải bắp	양배추 (rau cải thảo: 배추)	củ cải	무
hành xanh	파	dưa chuột	오이, 오이지
ớt	고추	tỏi	마늘
gia vị (加味)	조미료	thiếu (少)	부족한
thập kỉ (十紀)	10년 단위	vại to	큰 항아리
chôn dưới đất	땅에 묻다	bảo quản (保管)	보관
chế biến (製變)	가공하다	làm sẵn	미리 준비하다(만들어진)
ngoài …(ra)	그 외에	chống	저항하다, 막다
ung thư (癰疽)	암	luộc chín	쪄서 익히다, 푹 삶다
đậu nành	노란 콩	phơi khô	말리다
bóng râm	그늘, 응달	ngâm	1.담그다 2.읊다
lên men	발효시키다, 숙성시키다	ánh nắng	햇빛
tẩm gia vị (浸加味)	조미료가 스며들다	ưa thích	좋아하다
đặc trưng (特徵)	특징	đưa ra	제시하다
quán ăn	식당	chính xác (正確)	정확
loại (類)	종류	ăn thử, thử ăn	먹어보다
cảm thấy	느끼다	cay	매운

Luyện tập (어음 연습)

A Cho biết trong những câu sau, câu nào đúng câu nào sai

– Khi làm *kim chi*, tỏi là loại gia vị có cũng được, không có cũng được.

– *Kim chi* là món ăn ngon, nổi tiếng trên toàn thế giới.

– Cách đây vài thập kỉ, *kim chi* được để trong những vại to chôn dưới đất.

– Tất cả các loại *kim chi* đều có màu đỏ của ớt.

– Món *kim chi* được làm chỉ để phục vụ cho mùa Đông.

– Trước đây, người Hàn Quốc thường làm *doenjang* ở nhà.

– Hiện nay, tất cả mọi gia đình ở Hàn Quốc đều tự làm *kim chi* và *doenjang*. Họ không thích đi mua không thích đi mua *kim chi* hay *doenjang* làm sẵn ở chợ hoặc siêu thị.

– Người ta thường cho rằng, *doenjang* chống được bệnh ung thư.

– Món *doenjang* được làm bằng bất kỳ loại đậu nào.

– Món *bulgogi* được làm bằng sườn bò hoặc lợn còn món *galbi* được làm bằng thịt bò.

B Dựa vào nội dung bài đọc, trả lời các câu hỏi sau

– Bữa cơm hàng ngày của người Hàn Quốc thường không thể thiếu món gì?

– Nguyên liệu để làm kim chi gồm những loại nào?

– Gia vị quan trọng nhất của kim chi là gì?

– Trước đây, người ta thường bảo quản kim chi bằng gì? Hiện nay bằng gì?

– Gia đình em thường tự làm hay mua kim chi?

– Người Hàn Quốc cho rằng, doenjang chống được bệnh gì?

– Người ta làm doenjang như thế nào?

– Món bulgogi và galbi được làm bằng thịt gì?

– Trong những món ăn trên, em thích nhất món nào? Tại sao?

C Hãy điền từ "mà", "nhưng" vào các câu sau sao cho hợp nghĩa

– Trời đang mưa to. Chị hãy lấy áo mưa của tôi ______ dùng

– Cô ấy không đẹp ______ rất có duyên.

– Tôi không thích anh ta ______ vẫn phải gặp anh ta hàng ngày.

– Ngày mai, chị đến đây ______ gặp giám đốc.

– Cái ô tô này cũ ______ giá vẫn cao.

– Một ngày ______ tôi không đọc sách là tôi cảm thấy khó chịu.

– Đất nước ______ tôi sinh ra và lớn lên là Hàn Quốc.

– Tuy phải sống xa gia đình ______ cuộc sống của cô ấy ở đây vẫn đầy đủ.

D Điền từ ngữ thích hợp vào chỗ trống

– Các sinh viên năm thứ nhất đang từ tầng 1 ______ tầng 3.

① xuống ② lên ③ ra ④ quanh

– Tàu điện ngầm đi Incheon đang từ từ ______ ga.

① ra ② quanh ③ lại ④ vào

– Tất cả mọi người đều có những ______ buồn và những niềm vui riêng.

① việc ② công cuộc ③ nỗi ④ niềm

– Các sinh viên năm thứ tư từ tầng 5 ______ tầng 1.

① quanh ② xuống ③ lên ④ ra

– Năm sau, giám đốc sẽ … tôi sang Việt Nam làm đại diện.

① cử ② bầu ③ coi ④ được

– Ở đây, ______ biết chị ấy

① ai cũng ② cũng ai ③ đâu cũng ④ gì cũng

– Ai cũng phàn nàn là công việc cuối năm quá nhiều không làm ______.

① được ② xuể ③ lẫn ④ cả

E Hãy điền các từ ra, *vào, lên, xuống, sang, qua, về, lại, đến, tới, quanh* vào chỗ trống trong những câu dưới đây

– Tàu hỏa đang từ từ ______ ga.

– Vào lễ *Chuseok*, chúng em thường ______ quê thăm gia đình và họ hàng.

– Học sinh Hàn Quốc thường ______ trường vào lúc 9 giờ sáng.

– Máy bay đang hạ cánh ______ sân bay.

– Họ đang ______ tầng 4.

– Trong ngày lễ *Seol*, người Hàn mặc quần áo đẹp và ______ phố để đón năm mới.

– Vào mùa đông, chim chóc ______ phía nam để tránh rét.

– Chiều chiều, người Hàn thường ______ công viên để tập thể dục.

– Trong kì nghỉ Hè này, chúng em sẽ ______ Việt Nam để thực tập tiếng Việt.

– Ở đâu thì bạn cũng nên cẩn thận khi ______ đường.

GIA ĐÌNH VIỆT NAM(Ở MIỀN BẮC) 가정 내 호칭(북부지방)

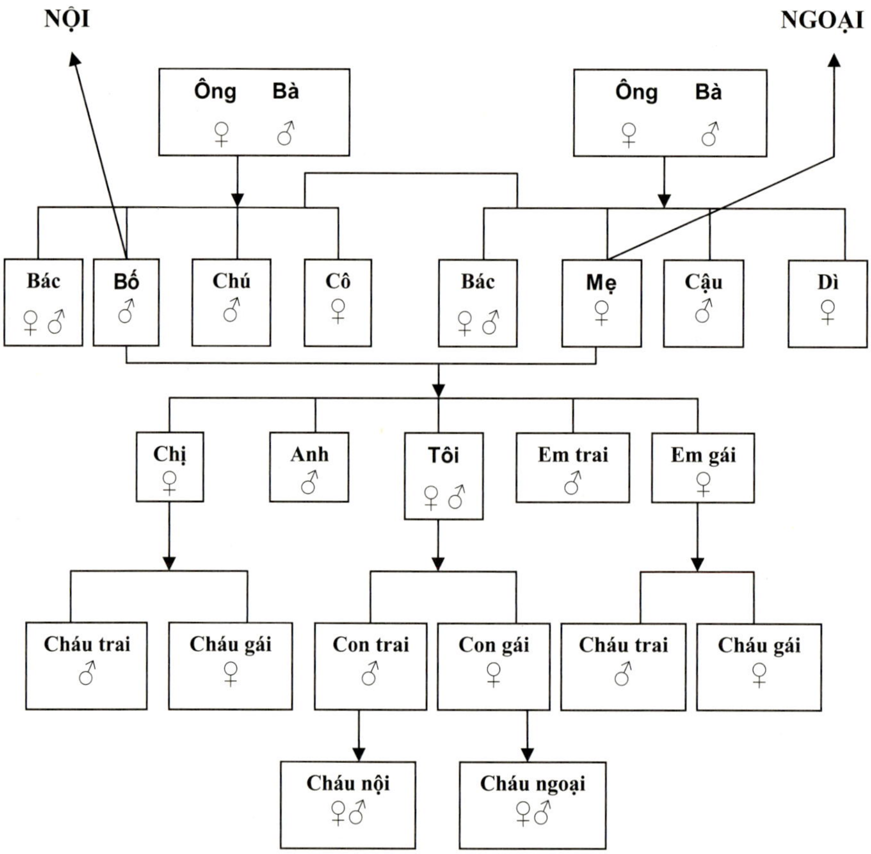

♂ : Nam ♀ : Nữ

참고문헌

A Tham khảo cho nội dung:

- Nguyễn Văn Phúc (chủ biên) cùng Đào Văn Hùng và Nguyễn Văn Chính, "Tiếng Việt cho người nước ngoài", Nhà xuất bản Đại học Quốc gia, Hà Nội, 2004.
- "Hàn Quốc : đất nước – con người", do Trung tâm thông tin hải ngoại của Hàn Quốc xuất bản, Seoul, Hàn Quốc, 1993.

B Tham khảo cho hình vẽ và mô phỏng hình vẽ:

- Lê Phạm Thúy Kim và Nguyễn Kim Oanh, "Conversational Vietnamese", Seattle, UW Press, 2001.
- Nguyễn Văn Lợi (chủ biên), "Bài tập tiếng Anh 6", nhà xuất bản Giáo dục, Hà Nội, 2003.
- Annie Heaton & Ngô Mai Hương, "An Introduction to everyday Vietnamese" –do VOS Vietnam xuất bản để làm tài liệu giảng dạy (lưu hành nội bộ).

Answer

Vietnamese Conversation 2

정답

Bài 01

C. ①, ②, ③, ①, ④, ②, ②, ③
D. Đoạn văn 1. - có thể, có thể, được, có thể, không thể, giặt, khác, phụ nữ
Đoạn văn 2. - Khuyên, cách, có thể, được không, đựoc, đề nghị, cần

Bài 02

C. ②, ②, ③, ①, ②, ③, ②

Bài 03

C. ②, ①, ③, ②, ②, ①, ④
D. thích, bị, nha sĩ, khám, đưa, loại thuốc, khuyên, thừong xuyên

Bài 04

B. hai, học, nhà, cũng, dùng, nói, dịp, công ty, thức, thừong xuyên, hay, hoặc, con ngừoi, khó, nên, nữa

Bài 05

C. ③, ①, ①, ②, ③, ④

Bài 06

F. của, nhưng, trong, cái, ghế, để, trên, tranh, và, có, bằng, được, vào, rằng, thì

Bài 07

C. ③, ②, ①, ④, ②

Bài 08

A. ③, ③, ①, ②, ①, ④, ③
F. hoá ra, trở thành, trở nên, hoá ra, hoá ra, hoá ra, hoá ra, trở nên

Bài 09

D. ①, ④, ③, ②, ①, ②, ②

Bài 10

C. ②, ③, ④, ③, ①, ②, ②

Bài 11

C. ④, ①, ③, ④, ④, ② ,③, ②, ④

Bài 12

A. ②, ③, ③, ④, ②

Bài 13

F. khi, niềm, ai cũng/người nào cũng, khi, niềm, nỗi, ai cũng, công cuộc, ai cũng, cuộc

Bài 14

E. cả, lẫn, không, nổi, ở cả, lẫn, mà, không, đựoc, cả, lẫn, mà, không đuợc, mà

Bài 15

E. đi đến, đi về, đi lên, đi qua, đi ra, đi vào, bầu, bầu, gọi, coi/xem

Bài 16

C. mà, nhưng, mà, mà, nhưng, mà, mà, nhưng
D. ②, ④, ③, ②, ①, ①, ②
E. vào, về, đến, xuống, lên, xuống, tới, ra, sang, qua

한국인을 위한

베트남어 회화 ❷ 개정판

초판 1쇄 발행	2014년 8월 10일
초판 2쇄 발행	2018년 8월 17일

지은이	조재현 · 전혜경 · 송정남 · 응우옌 반 풕
발행인	김인철
총괄 · 기획	가정준 Director, University Knowledge Press
편집장	신선호 Executive Knowledge Contents Creator
도서편집	박현정 Contents Creator
전자책편집	이리나 e-Contents Creator
재무관리	문수진 Managing Creator
사전 · 출판	정준희 Contents Creator
마케팅 파트장	백승이 Chief Marketing Creator
마케팅	이현진 Marketing Creator
발행처	한국외국어대학교 지식출판콘텐츠원 02450 서울특별시 동대문구 이문로 107 전화 02)2173-2493~7 팩스 02)2173-3363 홈페이지 http://press.hufs.ac.kr 전자우편 press@hufs.ac.kr 출판등록 제6-6호(1969. 4. 30)
디자인 · 편집	(주)이환디앤비 02)2254-4301
인쇄 · 제본	네오프린텍 02)718-3111

ISBN 978-89-7464-931-9 14730 정가 18,000원
ISBN 978-89-7464-927-2 (세트)

*잘못된 책은 교환하여 드립니다.

HUINE은 한국외국어대학교 지식출판콘텐츠원의 어학도서, 사회과학도서, 지역학 도서 Sub Brand이다. 한국외대의 영문명인 HUFS, 현명한 국제전문가 양성(International +Intelligent)의 의미를 담고 있으며, 휴인(携引)의 뜻인 '이끌다, 끌고 나가다'라는 의미처럼 출판계를 이끄는 리더로서, 혁신의 이미지를 담고 있다.

Vietnamese Conversation 2